Translated Language Learning

Alice's Adventures in Wonderland

Ævintýri Alice í Undralandi

Lewis Carroll

English / Íslenska

Down the Rabbit Hole
Niður í kanínuholið

Alice was beginning to get very tired
Alice var farin að verða mjög þreytt
she was sitting by her sister on the grass bank
Hún sat hjá systur sinni á grasbakkanum
but she had nothing to do
en hún hafði ekkert að gera
her sister was reading a book
systir hennar var að lesa bók
once or twice Alice peeped into the book
einu sinni eða tvisvar kíkti Alice inn í bókina
but the book had no pictures or conversations in it
en í bókinni voru engar myndir eða samtöl
"what use is a book without pictures?," thought Alice
"Hvaða gagn er af bók án mynda?," hugsaði Alice
"why would a book have no conversations?"
"Af hverju ætti bók ekki að hafa nein samtöl?"
but she had other things to consider

en hún hafði annað að huga að
"making a chain of daisies would be a pleasure"
"Það væri ánægjulegt að búa til keðju af daisies"
"but is it worth the effort of getting up and picking the daisies??"
"En er það fyrirhafnarinnar virði að standa upp og tína daisies??"
this was not so easy to think about
Þetta var ekki svo auðvelt að hugsa um
because the day was making her feel sleepy and stupid
vegna þess að dagurinn var að láta hana finna fyrir syfju og heimsku
but suddenly her thoughts were interrupted
en skyndilega trufluðust hugsanir hennar
a White Rabbit with pink eyes ran close by her
hvít kanína með bleik augu hljóp skammt frá henni

There was nothing overly remarkable about the rabbit
Það var ekkert ýkja merkilegt við kanínuna

and Alice did not think the rabbit remarkable either
og Alice fannst kanínan heldur ekki merkileg
nor did it surprise her when the Rabbit spoke
Það kom henni heldur ekki á óvart þegar kanínan talaði
"Oh dear! I shall be too late!" he said to himself
"Æ, elskan! Ég verð of seinn!" sagði hann við sjálfan sig
but then the Rabbit did something that rabbits didn't do
en svo gerði kanínan eitthvað sem kanínur gerðu ekki
the Rabbit took a watch out of its waistcoat-pocket
Kanínan tók úr úr vestisvasanum
he looked at the time and then hurried on
Hann leit á klukkuna og flýtti sér svo áfram
Alice got to her feet, in amazement
Alice stóð á fætur, undrandi
she had never seen a rabbit with a waistcoat before!
Hún hafði aldrei séð kanínu í vesti áður!
nor had she ever seen a rabbit with a watch!
Hún hafði heldur aldrei séð kanínu með úr!
Alice was burning with a new curiosity
Alice logaði af nýrri forvitni
and she ran across the field after the Rabbit
og hún hljóp yfir túnið á eftir kanínunni
she was just in time to see the rabbit disappear
hún var rétt í tæka tíð til að sjá kanínuna hverfa
the rabbit hopped down into a large rabbit-hole
Kanínan hoppaði niður í stóra kanínuholu
In another moment, down went Alice after the rabbit!
Á öðru andartaki fór Alice niður á eftir kanínunni!
The rabbit-hole went straight on like a tunnel
Kanínuholan fór beint áfram eins og göng
and the tunnel kept going for some distance
og göngin héldu áfram í nokkra vegalengd
and then the path suddenly dipped down
og þá dýfði stígurinn skyndilega niður
Alice had not a moment to think about stopping herself
Alice hafði ekki augnablik til að hugsa um að stoppa sig
she found herself falling down and down and down

hún fann sjálfa sig detta niður og niður og niður
it seemed as if she had fallen down a very deep well
það virtist sem hún hefði dottið niður mjög djúpan brunn
Either the well was very deep, or she fell very slowly
Annað hvort var brunnurinn mjög djúpur, eða hún féll mjög
hægt
because she had plenty of time to fall
því hún hafði nægan tíma til að detta
as she was falling she could look all around her
Þegar hún var að detta gat hún horft í kringum sig
First, she tried to make out where she was going
Fyrst reyndi hún að átta sig á hvert hún væri að fara
but the well was too dark to see anything
en brunnurinn var of dimmur til að sjá neitt
then she looked at the sides of the well
Síðan leit hún á hliðar brunnsins
and she noticed that there were cupboards all around her
og hún tók eftir því að skápar voru allt í kringum hana
and all around the well were book-shelves
og allt í kringum brunninn voru bókahillur
here and there she saw maps and pictures hung upon pegs
hér og þar sá hún kort og myndir hengdar á pinna
She took down a jar from one of the shelves as she passed
Hún tók niður krukku úr einni hillunni þegar hún gekk
framhjá
the jar was labelled for its content
Krukkan var merkt fyrir innihald hennar
"MARMALADE MADE FROM ORANGES"
"MARMELAÐI ÚR APPELSÍNUM"
**but, to her great disappointment, the marmalade jar was
empty**
en henni til mikilla vonbrigða var marmelaðikrukkan tóm
she did not want to drop the empty marmalade jar
Hún vildi ekki missa tóma marmelaðikrukkuna
and her fall was very slow
og fall hennar var mjög hægt
so she managed to put the marmalade jar into one of the

cupboards
Svo henni tókst að setja marmelaðikrukkuna í einn skápinn
Down, down, down she fall!
Niður, niður, niður fellur hún!
Would the fall ever come to an end?
Myndi fallið nokkurn tíma taka enda?
There was nothing else to do
Það var ekkert annað að gera
so Alice soon began talking to herself
svo Alice fór fljótlega að tala við sjálfa sig
"Dinah will miss me very much tonight, I should think!"
"Dína mun sakna mín mjög í kvöld, held ég!"
Dinah was Alice's cat
Dína var köttur Alice
"I hope they'll remember her saucer of milk at tea-time"
"Ég vona að þeir muni eftir mjólkurskálinni hennar á tetímanum"
"Dinah, my dear, I wish you were down here with me!"
"Dinah, elskan mín, ég vildi að þú værir hérna niðri með mér!"
Alice felt that she was dozing off
Alice fann að hún var að blunda
and then suddenly, thump! thump!
og svo skyndilega, dúndrandi! dynkur!
down she fell upon a heap of sticks
niður féll hún á hrúgu af prikum
and she landed on a pile of dry leaves
og hún lenti á hrúgu af þurrum laufum
and finally the long fall down the hole was over
og loks var langa fallið niður í holuna lokið
Alice was not a bit hurt
Alice var ekkert særð
and she jumped up within a moment
og hún stökk upp innan augnabliks
She looked up, but it was all dark overhead
Hún leit upp, en það var allt dimmt fyrir ofan
in front of her was another long corridor
fyrir framan hana var annar langur gangur

and the White Rabbit was still in sight
og hvíta kanínan var enn í sjónmáli
he was hurrying down the corridor
hann flýtti sér niður ganginn
There was not a moment to be lost
Það var ekki augnablik að missa
off ran Alice like the wind
burt hljóp Alice eins og vindurinn
around the corner turned the rabbit
Handan við hornið sneri kanínan sér við
she was just in time to hear the rabbit
hún var rétt í tæka tíð til að heyra í kanínunni
""Oh, my ears and whiskers"
""Ó, eyrun mín og hárhár"
"how late it's getting!"
"Hve seint það er að verða!"
She was close behind the rabbit
Hún var skammt fyrir aftan kanínuna
she turned around another corner
Hún sneri sér við annað horn
but the Rabbit was no longer to be seen
en Kanínan var ekki lengur að sjá
She found herself in a long, low hall
Hún var stödd í löngum og lágum sal
the hall was lit up by a row of ceiling lamps
salurinn var upplýstur af röð af loftlömpum
There were doors all around the hall
Það voru dyr allt í kringum salinn
but all the doors were locked
en allar dyr voru læstar
she walked all the way down one side of the hall
Hún gekk alla leið niður aðra hlið gangsins
and she had walked all the way up the other side of the hall
og hún hafði gengið alla leið upp hinum megin við salinn
she had tried every door
hún hafði reynt allar dyr
and she walked sadly down the middle of the hall

og hún gekk sorgmædd niður miðjan ganginn
"how am I ever going to get out again?"
"hvernig á ég nokkurn tíma að komast út aftur?"

Suddenly she came upon a little table
Skyndilega kom hún að litlu borði
the table was made entirely of solid glass
borðið var eingöngu úr gegnheilu gleri
There was nothing on the table but a tiny golden key
Það var ekkert á borðinu nema pínulítill gylltur lykill
the key might belong to one of the doors!
lykillinn gæti tilheyrt einni af hurðunum!
but, alas! some of the locks were too large for the keys
En því miður! Sumir lásanna voru of stórir fyrir lyklana
and for the other locks the key was too small
og fyrir hina lásana var lykillinn of lítill
but, at any rate, the key opened none of the doors
en lykillinn opnaði allavega engar dyr
but what was she to do?
En hvað átti hún að gera?
she went through the hall again

Hún gekk aftur í gegnum salinn
and this time she noticed a low curtain
og í þetta sinn tók hún eftir lágu fortjaldi
behind the curtain was a little door
Á bak við fortjaldið var lítil hurð
the door was about fifteen inches high
hurðin var um fimmtán tommur á hæð
She tried the little golden key in the lock
Hún prófaði litla gulllykilinn í lásnum
and to her great delight, the key fit in the lock!
og henni til mikillar gleði passaði lykillinn í lásinn!
Alice opened the door
Alice opnaði dyrnar
and she found the door led into a small corridor
og hún sá að dyrnar leiddu inn á lítinn gang
the corridor was not much larger than a rat-hole
gangurinn var ekki mikið stærri en rottuhola
she knelt down and looked along the corridor
Hún kraup og leit eftir ganginum
and she saw the loveliest garden you have ever seen
og hún sá fallegasta garð sem þú hefur nokkru sinni séð
how she longed to get out of that dark hall
hve hún þráði að komast út úr þessum dimma sal
how she wanted to wander among those bright flowers
hvernig hún vildi ráfa um þessi björtu blóm
how cool refreshing those fountains looked
Hversu flott hressandi þessir gosbrunnar litu út
but she could not even get her head through the doorway
en hún gat ekki einu sinni komið höfðinu í gegnum dyrnar
"Oh," said Alice, mournfully
"Ó," sagði Alice sorgmædd
"how I wish I could fold up like a telescope!"
"hvað ég vildi að ég gæti brotið saman eins og sjónauki!"
"I think I could fold up like a telescope"
"Ég held að ég gæti brotið saman eins og sjónauki"
"if I only knew how to begin"
"ef ég bara vissi hvernig ég ætti að byrja"

Alice went back to the table
Alice fór aftur að borðinu
there was the chance of finding another key
það var möguleiki á að finna annan lykil
or there might be a book of rules
eða það gæti verið reglubók
the book could tell her how to fold up like a telescope
bókin gæti sagt henni hvernig hún ætti að brjóta saman eins
og sjónauka
This time she found a little bottle
Í þetta sinn fann hún litla flösku
"this bottle certainly was not here before," said Alice
"Þessi flaska var svo sannarlega ekki hér áður," sagði Alice
and tied around the neck of the bottle was a paper label
og bundinn um hálsinn á flöskunni var pappírsmiði
the label was beautifully printed in large letters
miðinn var fallega prentaður með stórum stöfum
"DRINK ME"
"DREKKTU MIG"
"No, I'll look first," she said
"Nei, ég skal líta fyrst," sagði hún
"I'll see whether the bottle is marked as poisonous or not,"
"Ég skal sjá hvort flaskan er merkt sem eitruð eða ekki,"
because she never forgot the lesson about poison
vegna þess að hún gleymdi aldrei lexíunni um eitur
**"if a bottle is labelled poisonous, it's bound to disagree with
you"**
"Ef flaska er merkt eitruð hlýtur hún að vera ósammála þér"
However, this bottle was not marked as poisonous
Hins vegar var þessi flaska ekki merkt sem eitruð
so Alice ventured to taste the content of the bottle
svo Alice vogaði sér að smakka innihald flöskunnar
she found the liquid quite to her liking
Henni fannst vökvinn alveg við sitt hæfi
the drink had a sort of mixed flavour
drykkurinn hafði eins konar blandað bragð
cherry-tart, custard, and pineapple

kirsuberjaterta, vanillukrem og ananas
roast turkey, toffee, and toast with hot butter
steikt kalkún, karamellu og ristað brauð með heitu smjöri
and she soon finished off the bottle
og hún kláraði fljótlega flöskuna
"What a curious feeling!" said Alice
"Þvílík forvitnileg tilfinning!" sagði Alice
"I am folding up like a telescope!"
"Ég leggst saman eins og sjónauki!"
And she was folding up like a telescope indeed!
Og hún lagðist saman eins og sjónauki!
She was now only ten inches high
Hún var nú aðeins tíu tommur á hæð
and her face brightened up at her thoughts
og andlit hennar ljómaði við hugsanir hennar
now she was the the right size for the little door
nú var hún í réttri stærð fyrir litlu hurðina
now she could go into that lovely garden
nú gat hún farið inn í þennan yndislega garð
soon she stopped getting smaller
fljótlega hætti hún að minnka
she decided on going into the garden at once
Hún ákvað að fara strax út í garðinn
but, alas for poor Alice!
en því miður fyrir aumingja Alice!
she got to the door
Hún kom til dyra
but she had forgotten the little golden key
en hún hafði gleymt litla gulllyklinum
she went back to the table for the key
Hún fór aftur að borðinu til að ná í lykilinn
but she found she could not reach high enough
en hún komst að því að hún gat ekki náð nógu hátt
she could see the key quite plainly through the glass
hún sá lykilinn alveg greinilega í gegnum glerið
she tried to climb up the legs of the table
Hún reyndi að klifra upp fæturna á borðinu

but the glass was far too slippery
en glerið var allt of sleipult
eventually she tired herself out with trying
Að lokum þreyttist hún á því að reyna
and the poor little girl sat down and cried
og aumingja litla stúlkan settist niður og grét
Alice spoke to herself rather sharply
Alice talaði frekar skarpt við sjálfa sig
"Come, there's no use in crying like that!"
"Komdu, það þýðir ekkert að gráta svona!"
"I advise you to stop right this minute!"
"Ég ráðlegg þér að hætta strax!"
She generally gave herself very good advice
Hún gaf sjálfri sér yfirleitt mjög góð ráð
though she very seldom followed her own advice
þó hún hafi mjög sjaldan farið að eigin ráðum
and she sometimes was too harsh on herself
og hún var stundum of hörð við sjálfa sig
and her words brought tears into her eyes
og orð hennar vöktu tár í augu hennar
Soon her eye fell upon a little glass box
Brátt féll augu hennar á lítinn glerkassa
the little glass box was lying under the table
Litli glerkassinn lá undir borðinu
in the glass box was a very small cake
Í glerkassanum var mjög lítil kaka
on the cake some words were beautifully written
Á kökuna voru nokkur orð fallega skrifuð
the words had been marked in currants
Orðin höfðu verið merkt með rifsberjum
"EAT ME"
"BORÐAÐU MIG"
"Well, I'll eat the cake," said Alice
"Jæja, ég skal borða kökuna," sagði Alice
"and if the cake makes me grow larger, I can reach the key"
"og ef kakan fær mig til að stækka, get ég náð lyklinum"
"and if the cake makes me grow smaller, I can creep under

the door"
"og ef kakan lætur mig minnka, get ég læðst undir hurðina"
"so either way I'll get into the garden"
"svo hvort heldur sem er, þá kem ég inn í garðinn"
"and I don't care which of the two happens!"
"og mér er alveg sama hvor af þessu tvennu gerist!"
She ate a little bit of the cake
Hún borðaði smá af kökunni
and she anxiously spoke to herself:
og hún talaði áhyggjufull við sjálfa sig:
"Which way? Which way?"
"Hvaða leið? Hvaða leið?"
and she held her hand on her head
og hún hélt hendinni á höfði sér
she wanted to feel which way she was growing
hún vildi finna hvernig hún væri að vaxa
she was quite surprised to find what had happened
hún var mjög hissa að komast að því hvað hafði gerst
she had remained the same size!
hún hafði haldist jafnstór!
so this time she doubled her efforts
Svo í þetta skiptið tvöfaldaði hún viðleitni sína
and soon she finished off the whole cake
og fljótlega kláraði hún alla kökuna

The Pool of Tears
Tárapollurinn

"This is getting more and more interesting!" cried Alice

"Þetta verður sífellt áhugaverðara!" hrópaði Alice

You can see she was very surprised

Þú sérð að hún var mjög hissa

"I'm opening out like the largest telescope there ever was!"

"Ég er að opna eins og stærsti sjónauki sem til er!"

"Good-bye, feet! Oh, my poor little feet"

"Bless, fætur! Ó, aumingja litlu fæturnir mínir"

"I wonder who will put on your shoes for you now, dears?"

"Ætli hver fari í skóna fyrir ykkur núna, elskurnar?"

"and I wonder who will put on your stockings?"

"og ég velti því fyrir mér, hver ætlar að fara í sokkana þína?"

"I shall be a great deal too far away"

"Ég verð miklu of langt í burtu"

"I won't be able trouble myself about you anymore"

"Ég mun ekki geta haft áhyggjur af þér lengur"

Just at this moment her head struck against something

Einmitt á þessu augnabliki rakst höfuð hennar á eitthvað

she had reached the roof of the hall

hún var komin upp á þak salarins

in fact, she was now more than two meters tall

reyndar var hún nú meira en tveggja metra á hæð

and she at once took up the little golden key

og hún tók þegar í stað upp litla gulllykilinn

and she hurried off to the garden door

og hún flýtti sér að garðdyrunum

Poor Alice! There was not much she could do

Aumingja Alice! Það var ekki mikið sem hún gat gert

she laid down on one side

Hún lagðist á aðra hliðina

and she looked through into the garden with one eye

og hún horfði út í garðinn með öðru auganu

but to get through was more hopeless than ever

en að komast í gegnum það var vonlausara en nokkru sinni fyrr

She sat down and began to cry again
Hún settist niður og byrjaði að gráta aftur
She went on shedding gallons of tears
Hún hélt áfram að fella lítra af tárum
soon there was a large pool all around her
Fljótlega var stór laug allt í kringum hana
and the water reached half-way down the hall
og vatnið náði hálfa leið niður ganginn
After a time, she heard a little pattering of feet
Eftir smá stund heyrði hún smá fótaklapp
she heard the feet coming from the distance
hún heyrði fæturna koma úr fjarlægð
and she hastily dried her eyes to see what was coming
og hún þurrkaði augun í flýti til að sjá hvað væri í boði
It was the White Rabbit returning
Það var hvíta kanínan sem sneri aftur
he was splendidly dressed
hann var prýðilega klæddur
he had a pair of white gloves in one hand
Hann var með hvíta hanska í annarri hendi
and he had a large feather fan in the other hand
og hann var með stóra fjaðraviftu í hinni hendinni
He came trotting along in a great hurry
Hann kom brokkandi í miklum flýti
and he muttered to himself, "Oh! the Duchess, the Duchess!"
og hann muldraði við sjálfan sig: "Ó! hertogaynjan, hertogaynjan!"
"Oh! won't she be savage if I've kept her waiting!"
"Ó! verður hún ekki villimannleg ef ég hef látið hana bíða!"

When the Rabbit came near her, Alice spoke
Þegar kanínan nálgaðist hana talaði Alice
but she spoke in a low, timid voice
en hún talaði lágri og huglítilli röddu
"sir, please stop what you're doing for one moment"
"Herra, vinsamlegast hættu því sem þú ert að gera í eitt
augnablik"
The Rabbit startled violently
Kanínunni brá harkalega
he dropped the white gloves and the feather fan
Hann sleppti hvítu hönskunum og fjaðraviftunni
and he scurried away into the darkness as fast as he could
og hann flýtti sér út í myrkrið eins hratt og hann gat
Alice picked up the feather fan and gloves
Alice tók upp fjaðraviftuna og hanskana
and she kept fanning herself while she kept talking
og hún hélt áfram að vifta sér á meðan hún hélt áfram að tala
"Dear, dear! How strange everything is today!"
"Elskan, elskan! Hve undarlegt allt er í dag!"

"yesterday things went on just as usual"
"Í gær gengu hlutirnir alveg eins og venjulega"
"Was I the same when I got up this morning?"
"Var ég samur þegar ég fór á fætur í morgun?"
"But if I'm not the same, there is another question"
"En ef ég er ekki samur, þá er önnur spurning"
"Who in the world am I?"
"Hver í ósköpunum er ég?"
"Ah, that's the great puzzle!"
"Ah, það er stóra púsluspilið!"
As she said this, she looked down at her hands
Á meðan hún sagði þetta leit hún niður á hendurnar
she was wearing one of the rabbits little white gloves
Hún var með litla hvíta hanska kanínunnar
she hadn't noticed she put the glove on while talking
Hún hafði ekki tekið eftir því að hún setti á sig hanskann á
meðan hún talaði
"How can I have done that?" she thought
"Hvernig get ég gert það?" hugsaði hún
"I must be growing small again"
"Ég hlýt að vera að verða lítill aftur"
She got up and went to the table to measure her height
Hún stóð upp og fór að borðinu til að mæla hæð sína
she found that she was now about half a meter tall
hún komst að því að hún var nú um hálfur metri á hæð
and she was still shrinking rapidly
og hún skreppti enn hratt saman
She soon found out what the cause of the shrinking was
Hún komst fljótlega að því hver orsök minnkunarinnar var
the feather fan was making her smaller again!
fjaðraviftan var að gera hana minni aftur!
and she dropped the feather fan hastily
og hún sleppti fjaðraviftunni í flýti
she dropped the feather fan just in time to save herself
Hún missti fjaðraviftuna rétt í tæka tíð til að bjarga sér
**had she fanned herself any longer she would have shrunk
away entirely**

ef hún hefði viftað sjálfri sér lengur hefði hún alveg skreppið í
burtu
"That was a narrow escape!" said Alice
"Þetta var naumur undankomuleið!" sagði Alice
and she was a good deal frightened at the sudden change
og hún varð töluvert hrædd við skyndilega breytinguna
but she was very glad to find herself still in existence
en hún var mjög fegin að finna sjálfa sig enn til
"And now, off to the garden!"
"Og nú í garðinn!"
And she ran with all speed back to the little door
Og hún hljóp af fullum krafti aftur að litlu dyrunum
but, alas! the little door was shut again
En því miður! litlu hurðinni var lokað aftur
and the little golden key was lying on the glass table again
og litli gulllykillinn lá aftur á glerborðinu
"Things are worse than ever," thought the poor child
"Ástandið er verra en nokkru sinni fyrr," hugsaði aumingja
barnið
"I never was so small as this before, never!"
"Ég hef aldrei verið svona lítil áður, aldrei!"
As she said these words, her foot slipped
Þegar hún sagði þessi orð rann fótur hennar
and in another moment there was a great splash!
og á öðru andartaki var mikið skvett!
she was up to her chin in salt-water
hún var upp að höku í saltvatni
Her first idea was that she had somehow fallen into the sea
Fyrsta hugmynd hennar var að hún hefði einhvern veginn
dottið í sjóinn
However, she soon realized what she was in
Hún áttaði sig þó fljótt á því í hverju hún var
she was in a pool of tears
hún var í tárapolli
the tears she had wept when she was two meters tall
tárin sem hún hafði grátið þegar hún var tveggja metra á hæð

Just then she heard something
Einmitt þá heyrði hún eitthvað
something was splashing about in the pool
eitthvað skvettist um í lauginni
the splashing came from a little way off
skvettan kom skammt frá
and she swam nearer to see what the splashing was
og hún synti nær til að sjá hvað skvettan væri
she soon saw that it was only a little mouse
Hún sá brátt að þetta var bara lítil mús
the little mouse had slipped in to the water too
Litla músin hafði líka smeygt sér út í vatnið
Alice thought to herself about the situation
Alice hugsaði með sér um stöðuna
"Would it be of any use to speak to this mouse?"
"Væri eitthvað gagn að tala við þessa mús?"
"Everything is so up-side-down down here"
"Allt er svo á hvolfi hérna"
"I should think very likely this mouse can talk"

"Ég myndi telja mjög líklegt að þessi mús geti talað"
"at any rate, there's no harm in trying"
"Allavega, það er enginn skaði að reyna"
So she began trying to talk to the mouse
Svo hún fór að reyna að tala við músina
"Oh Mouse, do you know the way out of this pool?"
"Ó mús, veistu leiðina upp úr þessari laug?"
"I am very tired of swimming about here, Oh Mouse!"
"Ég er mjög þreytt á að synda hérna, ó mús!"
The mouse looked at her rather inquisitively
Músin horfði frekar forvitin á hana
the mouse seemed to wink with one of its little eyes
músin virtist blikka með einu af litlu augunum
but the little mouse said nothing
en litla músin sagði ekkert
**"Perhaps the mouse doesn't understand English," thought
Alice**
"Kannski skilur músin ekki ensku," hugsaði Alice
"I dare say it's a French mouse"
"Ég þori að fullyrða að þetta sé frönsk mús"
"perhaps this mouse came over with William the Conqueror"
"kannski kom þessi mús með Vilhjálmi sigurvegara"
So she began again, in French
Svo byrjaði hún aftur, á frönsku
"Where is my cat?" she asked in French
"Hvar er kötturinn minn?" spurði hún á frönsku
it was the first sentence in her French lesson-book
það var fyrsta setningin í frönskukennslubókinni hennar
The Mouse gave a sudden leap out of the water
Músin stökk skyndilega upp úr vatninu
and the mouse seemed to quiver all over with fright
og músin virtist titra um allt af hræðslu
"Oh, I beg your pardon!" cried Alice hastily
"Ó, ég bið þig fyrirgefningar!" hrópaði Alice í flýti
she was afraid that she had hurt the poor animal's feelings
hún var hrædd um að hún hefði sært tilfinningar aumingja
dýrsins

"I quite forgot you didn't like cats"
"Ég gleymdi alveg að þér líkaði ekki við ketti"
"I don't like cats!" cried the Mouse in a shrill, passionate voice
"Mér líkar ekki við ketti!" hrópaði músin með nístandi og ástríðufullri röddu
"Would you like cats, if you were me?"
"Viltu ketti, ef þú værir ég?"
Alice comforted the mouse in a soothing tone
Alice huggaði músina í róandi tón
"Well, perhaps I would not like cats if I were you either"
"Jæja, kannski myndi ég ekki vilja ketti ef ég væri þú heldur"
"please don't be angry about the mention of cats"
"Vinsamlegast ekki vera reiður yfir því að minnst sé á ketti"
"And yet I wish I could show you our cat Dinah"
"Og samt vildi ég að ég gæti sýnt þér köttinn okkar Dinu"
"if you met her I think you'd take a fancy to cats"
"ef þú hittir hana held ég að þú myndir elska ketti"
"if you could only see her"
"Ef þú gætir bara séð hana"
"She is such a dear, quiet thing"
"Hún er svo elskuleg, hljóðlát fyrirbæri"
The mouse was shaking all over
Músin skalf út um allt
Alice felt certain the mouse must be really offended
Alice var viss um að músin hlyti að vera virkilega móðguð
"We won't talk about her any more, if you'd rather not"
"Við tölum ekki um hana lengur, ef þú vilt það ekki"
"We, indeed!" cried the Mouse
"Já, svo sannarlega!" hrópaði músin
the mouse was trembling down to the end of its tail
Músin skalf niður að halaendanum
"As if I would talk on such a subject!"
"Eins og ég myndi tala um slíkt efni!"
"Our family always hated cats"
"Fjölskyldan okkar hataði alltaf ketti"
"cats; nasty, low, vulgar things!"

"kettir; viðbjóðslegir, lágir, dónalegir hlutir!"
"Don't let me hear the name again!"
"Ekki láta mig heyra nafnið aftur!"
"I won't mention cats again indeed!" said Alice
"Ég ætla ekki að minnast á ketti aftur!" sagði Alice
she was in a great hurry to change the subject
hún var mjög að flýta sér að skipta um umræðuefni
"Are you... are you fond of dogs?"
"Ertu... Ertu hrifinn af hundum?"
"There is such a nice little dog near our house,"
"Það er svo fallegur lítill hundur nálægt húsinu okkar,"
"I should like to show you the little dog!"
"Mig langar að sýna þér litla hundinn!"
"this little dog kills all the rats and...
"Þessi litli hundur drepur allar rotturnar og...
"oh, dear!" cried Alice in a sorrowful tone
"Ó, elskan!" hrópaði Alice sorgmædd
"I'm afraid I've offended you again!"
"Ég er hræddur um að ég hafi móðgað þig aftur!"
**the mouse was swimming away from her as fast as it could
go**
Músin synti frá henni eins hratt og hún gat farið
and the mouse made quite a commotion in the pool
og músin gerði mikið uppnám í lauginni
So she called softly after the mouse
Svo kallaði hún lágt á eftir músinni
"my dear mouse, please come back!"
"Elsku músin mín, komdu aftur!"
"and we won't talk about cats"
"Og við munum ekki tala um ketti"
"and we don't have to talk about dogs either"
"Og við þurfum ekki að tala um hunda heldur"
When the mouse heard this, it turned around
Þegar músin heyrði þetta sneri hún sér við
and the little mouse swam slowly back to her
og litla músin synti hægt aftur til hennar
the mouse's face was quite pale

andlit músarinnar var alveg fölt
and the mouse spoke, in a low, trembling voice
og músin talaði lágri, skjálfandi röddu
"Let us get to the shore"
"Förum í fjöruna"
"and then I'll tell you my history"
"og þá skal ég segja þér sögu mína"
"and you'll understand why it is I hate cats and dogs"
"og þú munt skilja af hverju ég hata ketti og hunda"
It had become high time to go
Það var kominn tími til að fara
because the pool was getting quite crowded
vegna þess að sundlaugin var að verða ansi troðfull
other birds and animals had fallen into the pool
aðrir fuglar og dýr höfðu fallið í laugina
there were a Duck and a Dodo
það voru önd og dódó
and there was a Lory bird and an Eaglet
og þar var Lory fugl og Eaglet
and there were several other interesting looking creatures
og það voru nokkrar aðrar áhugaverðar verur
Alice led the way out the pool
Alice leiddi leiðina út laugina
and the whole party of animals swam to the shore
og allur flokkur dýra synti til strandar

A caucus race and a long tail
Kapphlaup og langur hali
They were indeed a funny-looking bunch of animals
Þetta var svo sannarlega fyndinn hópur af dýrum
and they all assembled on the water's bank
Og þeir söfnuðust allir saman á vatnsbakkanum
the birds all had bedraggled feathers
fuglarnir voru allir með dregnar fjaðrir
and the furry animals were soaked through
og loðnu dýrin voru gegnblaut í gegn
and all were dripping wet, annoyed and uncomfortable
og allir voru rennandi blautir, pirraðir og óþægilegir

there was one question that had to be answered first
Það var ein spurning sem þurfti að svara fyrst
what is the best way for everyone to get dry?
Hver er besta leiðin fyrir alla til að verða þurr?
They had a consultation about this matter
Þeir höfðu samráð um þetta mál
soon they were all on familiar terms
Brátt voru þeir allir kunnugir
it was as if she had known them all her life
það var eins og hún hefði þekkt þá alla ævi

the mouse seemed to be a person of some authority
Músin virtist vera manneskja með nokkurt vald
"Sit down, all of you, and listen to me!
"Sestu niður, öll saman, og hlustið á mig!
"I'll soon make you all dry again!"
"Ég skal bráðum þurrka ykkur öll aftur!"
They all sat down at once, in a large ring
Þeir settust allir niður í senn, í stórum hring
and the little mouse sat in the middle
og litla músin sat í miðjunni
"Ahem!" said the mouse with an important air
"Ahem!" sagði músin með þungum svip
"Are you all ready?"
"Eruð þið öll tilbúin?"
"This is the driest thing I know"
"Þetta er það þurrasta sem ég veit"
"Silence all around, if you please!"
"Þögn allt í kring, ef þú vilt!"
"William the Conqueror was favoured by the pope"
"Vilhjálmur sigurvegari naut hylli páfa"
"but he was soon submitted to by the English"
"en hann var brátt undirgefinn af Englendingum"
"they wanted leaders of late"
"Þeir vildu leiðtoga upp á síðkastið"
"and they had been accustomed to power and conquest"
"og þeir höfðu verið vanir völdum og landvinningum"
"Edwin and Morcar, the Earls of Mercia and Northumbria"
"Edwin og Morcar, jarlarnir af Mercia og Northumbria"
"Ugh!" said the lori bird, with a shiver
"Úff!" sagði lorifuglinn og hrollaði
"and even Stigand, the patriotic archbishop of Canterbury"
"og jafnvel Stigand, þjóðrækinn erkibiskup af Kantaraborg"
"he also found it advisable"
"Honum fannst það líka ráðlegt"
"What did he find advisable?" said the duck
"Hvað var ráðlegt fyrir hann?" sagði öndin
"He found it advisable" the mouse replied rather crossly

"Honum fannst það ráðlegt," svaraði músin heldur þvert
but the duck was not satisfied
en öndin var ekki sátt
"of course, you know what 'it' means"
"Auðvitað veistu hvað "það" þýðir"
"I know what 'it' is when I find a thing," said the duck
"Ég veit hvað það er, þegar ég finn eitthvað," sagði öndin
"it's generally a frog or a worm"
"Þetta er yfirleitt froskur eða ormur"
"The question is, what did the archbishop find?"
"Spurningin er, hvað fann erkibiskupinn?"
The mouse did not notice this question
Músin tók ekki eftir þessari spurningu
instead, the mouse hurriedly went on with the speech
Þess í stað hélt músin áfram með ræðuna í flýti
"he found it advisable to go with Edgar Atheling"
"honum fannst ráðlegt að fara með Edgar Atheling"
"to meet William and offer him the crown"
"að hitta Vilhjálm og bjóða honum krúnuna"
the mouse continued, turning to Alice as it spoke
músin hélt áfram og sneri sér að Alice um leið og hún talaði
"How are you getting on now, my dear?"
"Hvernig hefurðu það núna, elskan mín?"
"As wet as ever," said Alice in a melancholy tone
"Eins blaut og alltaf," sagði Alice í dapurlegum tón
"this story doesn't seem to dry me at all"
"Þessi saga virðist alls ekki þurrka mig"
"In that case," said the dodo solemnly, rising to its feet
"Ef svo er," sagði dódóinn hátíðlega og reis á fætur
"I vote that the meeting be adjourned"
"Ég greiði atkvæði með því að fundinum verði frestað"
"and I propose an immediate adoption of more energetic remedies"
"og ég legg til að tafarlaust verði tekin upp orkumeiri úrræði"
"Speak real words!" said the eaglet
"Tala sönn orð!" sagði örninn
"I don't know the meaning of half of those long words"

"Ég veit ekki hvað helmingurinn af þessum löngu orðum
þýðir"
"and, what's more, I don't believe you know either!"
"og það sem meira er, ég trúi ekki að þú vitir það heldur!"
"What I was going to say," said the dodo in an offended tone
"Það sem ég ætlaði að segja," sagði dódóinn móðgaður
"the best thing to get us dry would be a caucus-race"
"Það besta til að koma okkur þurrum væri caucus-kapphlaup"
"What is a caucus-race?" said Alice
"Hvað er caucus-kynþáttur?" sagði Alice

"Well," said the dodo, "the best way to explain it is to do it"
"Jæja," sagði dódóinn, "besta leiðin til að útskýra það er að
gera það"
"First the dodo marked out a race-course"
"Fyrst markaði dódóinn kappreiðabraut"
"the track was in a sort of circle"
"Lagið var í eins konar hring"
"and then all the party were placed along the course"
"og svo var öllum flokknum komið fyrir meðfram brautinni"
There was no "One, two, three and away!"
Það var ekkert "Einn, tveir, þrír og burt!"
but they began running when they liked
en þeir byrjuðu að hlaupa þegar þeir vildu

and they also finished when they liked
og þeir kláruðu líka þegar þeir vildu
so it was not easy to know when the race was over
Það var því ekki auðvelt að vita hvenær keppninni væri lokið
after half an hour or so of running they were all quite dry
eftir hálftíma eða svo hlaup voru þeir allir frekar þurrir
the dodo suddenly called out, "The race is over!"
kallaði dódóinn skyndilega: "Kapphlaupinu er lokið!"
and they all crowded around the dodo
og þeir þyrptust allir í kringum dódóinn
all the animals were panting and puffing
öll dýrin másuðu og blésu
and they all wanted to know, "But who has won?"
og þeir vildu allir vita: "En hver hefur unnið?"
This question the dodo could not immediately answer
Þessari spurningu gat dódóinn ekki svaraði strax
first he had to do a great deal of thinking
fyrst þurfti hann að hugsa mikið
after much thinking, the dodo finally spoke
Eftir mikla umhugsun tók dódóinn loksins til máls
"Everybody has won, and all must have prizes"
"Allir hafa unnið og allir verða að hafa verðlaun"
"But who is to give the prizes?" asked a chorus of voices
"En hver á að veita verðlaunin?" spurði kór radda
"Well, she, of course," said the dodo
"Jæja, hún auðvitað," sagði dódóinn
and the dodo pointed with one finger to Alice
og dódóinn benti með einum fingri á Alice
and the whole party of animals crowded around her
og allur flokkurinn af dýrum þyrptist í kringum hana
they called out, in a confused way, "Prizes! Prizes!"
þeir hrópuðu ráðvilltir: "Verðlaun! Verðlaun!"
Alice had no idea what to do
Alice hafði ekki hugmynd um hvað hún ætti að gera
in despair she put her hand into her pocket
Í örvæntingu stakk hún hendinni í vasann
and she pulled out a box of sweets

og hún dró upp sælgætiskassa
luckily the salt-water had not got into the box
Til allrar hamingju var saltvatnið ekki komið í kassann
and she handed the sweets around as prizes
og hún rétti sælgætið í verðlaun
There was exactly one piece for everyone
Það var nákvæmlega eitt stykki fyrir alla
The next thing they had to do was to eat the sweets
Það næsta sem þeir þurftu að gera var að borða sælgætið
this caused some noise and confusion
Þetta olli nokkrum hávaða og ruglingi
the large birds complained that they could not taste their sweets
Stóru fuglarnir kvörtuðu yfir því að þeir gætu ekki smakkað sætindin þeirra
the small ones choked and had to be patted on the back
þeir litlu kafnuðu og þurfti að klappa þeim á bakið
However, it was over at last
En það var loksins búið
and they sat down again in a ring
Og þeir settust aftur í hring
and they begged the mouse to tell them something more
og þeir báðu músina að segja þeim eitthvað meira
"You promised to tell me your history, you know," said Alice
"Þú lofaðir að segja mér sögu þína, þú veist," sagði Alice
and she made another little remark about cats in a whisper
og hún sagði aðra litla athugasemd um ketti í hvísli
she didn't want to offend the mouse again
Hún vildi ekki móðga músina aftur
the little mouse turned to Alice and sighed
litla músin sneri sér að Alice og andvarpaði
"Mine is a long and a sad tale!"
"Mín er löng og sorgleg saga!"
"It is a long tail, certainly," said Alice
"Þetta er vissulega langur hali," sagði Alice
and she looked down with wonder at the mouse's tail
og hún leit undrandi niður á skottið á músinni

"but why do you call it a sad tail?"
"En af hverju kallarðu það sorglegan hala?"
And she kept on puzzling about it while the mouse was speaking
Og hún hélt áfram að velta því fyrir sér meðan músin talaði
so that her idea of the tale was something like this
þannig að hugmynd hennar um söguna var eitthvað á þessa leið

<pre>
              "Fury said to
                a mouse, That
                  he met in the
                    house, 'Let
                      us both go
                        to law: I
                        will prosecute
                        you.——
                          Come, I'll
                          take no denial:
                        We must have
                      the trial;
                    For really
                  this morning
        I've
        nothing
        to do.'
                Said the
                  mouse to
                    the cur,
                      'Such a
                        trial, dear
                          sir, With
                            no jury
                              or judge,
                              would
                              be wasting
                            our
                          breath.'
                      'I'll be
                      judge,
                  I'll be
              jury,'
        said
        cunning
            old
                Fury;
                  'I'll
                    try
                      the
                        whole
                          cause,
                          and
                          condemn
                        you to
              death.'"
</pre>

Fury said to a mouse, That he met in the house"
Reiði sagði við mús: "Hann hittist í húsinu"
Let us both go to law: I will prosecute you
Við skulum báðir fara til laga: Ég mun sækja þig til saka

Come, I'll take no denial: We must have the trial
Komdu, ég skal ekki neita: Við verðum að hafa réttarhöldin
For really this morning I've nothing to do
Í raun og veru í morgun hef ég ekkert að gera
Said the mouse to the cur;
Sagði músin við bölvunina;
Such a trial, dear sir, With no jury or judge, would be wasting our breath
Slík réttarhöld, kæri herra, án kviðdóms eða dómara, væru að sóa andanum
"I'll be judge, I'll be jury," said cunning old Fury
"Ég verð dómari, ég verð kviðdómur," sagði hinn lævísi gamli Fury
I'll try the whole cause, and condemn you to death
Ég skal reyna allan málstaðinn og dæma þig til dauða
the mouse spoke severely to Alice
músin talaði alvarlega við Alice
"You are not paying attention!"
"Þú ert ekki að fylgjast með!"
"What are you thinking of?"
"Hvað ertu að hugsa um?"
"I beg your pardon," said Alice very humbly
"Ég bið þig fyrirgefningar," sagði Alice mjög auðmjúk
"you had got to the fifth bend, I think?"
"þú varst kominn í fimmtu beygjuna, held ég?"
"You insult me by talking such nonsense!"
"Þú móðgar mig með því að tala svona vitleysu!"
and the mouse got up and walked away
Og músin stóð upp og gekk í burtu
Alice called after the little mouse
Alice kallaði á eftir litlu músinni
"Please come back and finish your story!"
"Vinsamlegast komdu aftur og kláraðu söguna þína!"
And the others all joined in chorus
Og hinir tóku allir þátt í kór
"Yes, please do finish your story!"
"Já, vinsamlegast kláraðu söguna þína!"

But the mouse only shook its head impatiently
En músin hristi bara höfuðið óþolinmóð
and the little mouse walked a little quicker
og litla músin gekk aðeins hraðar
"I wish I had Dinah, our cat, here!" said Alice
"Ég vildi að ég hefði Dinah, köttinn okkar, hérna!" sagði Alice
This caused a remarkable sensation among the party
Þetta olli ótrúlegri tilfinningu meðal flokksins
Some of the birds hurried off at once
Sumir fuglanna flýttu sér strax af stað
and a Canary called out in a trembling voice, to its children;
og kanarífugl kallaði skjálfandi röddu til barna sinna;
"Come away, my dears!"
"Komið burt, elskurnar mínar!"
"It's high time you were all in bed!"
"Það er kominn tími til að þið séuð öll komin í rúmið!"
with various excuses they all went away
Með ýmsum afsökunum fóru þeir allir í burtu
and Alice was soon left alone
og Alice var brátt ein eftir
"I wish I hadn't mentioned Dinah!"
"Ég vildi að ég hefði ekki minnst á Dinu!"
"Nobody seems to like her down here"
"Enginn virðist vera hrifinn af henni hérna niðri"
"but I'm sure she's the best cat in the world!"
"en ég er viss um að hún er besti köttur í heimi!"
Poor Alice began to cry again
Aumingja Alice fór aftur að gráta
because she felt very lonely and low-spirited
vegna þess að henni fannst hún mjög einmana og lítilfjörug
In a little while, however, she again heard something
En eftir litla stund heyrði hún aftur eitthvað
a little pattering of footsteps in the distance
smá fótatak í fjarska
and she looked up eagerly
og hún leit upp ákaft

The rabbit sends in little Mr Bill
Kanínan sendir inn litla herra Bill

It was the white rabbit,trotting slowly back again
Það var hvíta kanínan, sem brokkaði hægt til baka aftur
he was looking about anxiously as he went
Hann horfði áhyggjufullur í kringum sig á meðan hann fór
he looked as if he had lost something
hann leit út eins og hann hefði misst eitthvað
Alice heard him muttering to himself
Alice heyrði hann muldra við sjálfa sig
"The Duchess! The Duchess! Oh, my dear paws!"
"Hertogaynjan! Hertogaynjan! Ó, elsku loppurnar mínar!"
"Oh, my fur and whiskers!"
"Ó, feldurinn minn og hárhár!"
"She'll get me executed, I'm sure of that"
"Hún mun taka mig af lífi, ég er viss um það"
"just as sure as ferrets are ferrets!"
"Alveg eins víst og frettur eru frettur!"
"Where can I have dropped my things, I wonder?"

"Hvar get ég hafa misst dótið mitt, velti ég fyrir mér?"
Alice guessed in a moment what he was looking for
Alice giskaði á augnabliki hvað hann væri að leita að
he was looking for the feather fan
Hann var að leita að fjaðraviftunni
and he was looking for the pair of white gloves
og hann var að leita að hvítu hönskunum
so she very good-naturedly began looking for the gloves
Svo hún fór mjög góðlátlega að leita að hönskunum
and she looked for the feather fan too
og hún leitaði líka að fjaðraviftunni
but the gloves and feather fan were nowhere to be seen
en hanskarnir og fjaðraviftan voru hvergi sjáanleg
everything seemed to have changed since her swim in the pool
Allt virtist hafa breyst síðan hún synti í lauginni
nothing was the same since she had been in the great hall
ekkert var eins síðan hún hafði verið í stóra salnum
and the glass table had vanished
og glerborðið var horfið
and the little door wasn't there either
og litla hurðin var ekki þar heldur
Very soon the rabbit noticed Alice
Mjög fljótlega tók kanínan eftir Alice
he called to her in an angry tone
Hann kallaði til hennar í reiðilegum tón
"Mary Ann, what are you doing out here?"
"Mary Ann, hvað ertu að gera hérna úti?"
"Run home this moment"
"Hlauptu heim á þessu augnabliki"
"and fetch me a pair of gloves and a feather fan!"
"og sæktu mér hanska og fjaðraviftu!"
"and be quick about it!"
"Og vertu fljótur að því!"
Alice spoke to herself as she ran off
Alice talaði við sjálfa sig þegar hún hljóp af stað
"He must have mistaken me for his housemaid!"

"Hann hlýtur að hafa misskilið mig fyrir vinnukonu sinni!"
"How surprised he'll be when he finds out who I am!"
"Hve hissa hann verður þegar hann kemst að því hver ég er!"
As she said this, she came upon a neat little house
Þegar hún sagði þetta kom hún að snyrtilegu litlu húsi
on the door of the house was a bright brass plate
á húsdyrum var björt látúnsplata
"W. RABBIT"
"W. KANÍNA"
She went in without knocking on the door
Hún gekk inn án þess að banka á dyrnar
and she hurried straight upstairs
og hún flýtti sér beint upp á efri hæðina
she worried that she might meet the real Mary Ann
hún hafði áhyggjur af því að hún gæti hitt hina raunverulegu
Mary Ann
because then she would be turned out of the house
því þá yrði henni vísað út úr húsinu
and she wouldn't be able to find the feather fan and gloves
og hún myndi ekki geta fundið fjaðraviftuna og hanskana
Alice had found her way into a tidy little room
Alice hafði ratað inn í snyrtilegt lítið herbergi
in the room was a table by the window
í herberginu var borð við gluggann
and on the table was a feather fan
og á borðinu var fjaðravifta
and there were two or three pairs of tiny white gloves
og það voru tvö eða þrjú pör af litlum hvítum hönskum
she picked up the feather fan and a pair of the gloves
Hún tók upp fjaðraviftuna og par af hönskunum
and she was just about to leave the room
og hún var í þann mund að yfirgefa herbergið
but then her eyes fell upon a little bottle
en þá féllu augu hennar á litla flösku
She uncorked the bottle and put it to her lips
Hún tók tappann af flöskunni og setti hana að vörum sér
"I do hope it'll make me grow large again"

"Ég vona að það fái mig til að stækka aftur"
"I'm tired of being such a tiny little thing!"
"Ég er þreytt á að vera svona pínulítill hlutur!"
Alice had hardly drunk half the bottle
Alice hafði varla drukkið hálfa flöskuna
her head was already pressing against the ceiling
Höfuð hennar þrýstist þegar upp í loftið
and she had to stoop down
og hún varð að beygja sig niður
to save her neck from being broken
til að bjarga hálsi hennar frá því að brotna
She hastily put down the bottle
Hún lagði flöskuna frá sér í flýti
"That's quite enough"
"Það er alveg nóg"
"I hope I don't grow anymore"
"Ég vona að ég vaxi ekki lengur"
Alas! It was too late to wish that!
Því miður! Það var of seint að óska þess!
She went on growing and growing
Hún hélt áfram að vaxa og vaxa
and very soon she had to kneel down on the floor
og mjög fljótlega varð hún að krjúpa á gólfið
and even then she went on growing
og jafnvel þá hélt hún áfram að vaxa
as a last resource she put one arm out of the window
Sem síðasta úrræði setti hún annan handlegginn út um
gluggann
and she put one foot up the chimney
og hún setti annan fótinn upp í strompinn
"Now I can do no more, whatever happens"
"Nú get ég ekki meira, hvað sem gerist"
"What will become of me?"
"Hvað verður um mig?"

Alice had a spot of luck
Alice var heppin
the little magic bottle had had its full effect
Litla töfraflaskan hafði haft full áhrif
and Alice grew no larger than she was
og Alice varð ekki stærri en hún var
After a few minutes she heard a voice outside
Eftir nokkrar mínútur heyrði hún rödd fyrir utan
and she stopped to listen to the voice
og hún nam staðar til að hlusta á röddina
"Mary Ann! Mary Ann!" said the voice
"María Ann! Mary Ann!" sagði röddin
"Fetch me my gloves this moment!"
"Sæktu mig hanskana mína á þessari stundu!"
Then came a little pattering of feet on the stairs
Svo kom smá fótaklapp á stiganum
Alice knew it was the rabbit coming to look for her
Alice vissi að það var kanínan sem kom að leita að henni
and she trembled till she shook the house

Og hún skalf þar til hún hristi húsið
she quite forgot what her proportions were
hún gleymdi alveg hver hlutföll hennar voru
she was a thousand times as large as the rabbit
hún var þúsund sinnum stærri en kanínan
and she had no reason to be afraid of a rabbit
og hún hafði enga ástæðu til að vera hrædd við kanínu
Presently the rabbit came up to the door
Um leið kom kanínan að dyrunum
and the little rabbit tried to open the door
og litla kanínan reyndi að opna dyrnar
the door started to open inwards
hurðin byrjaði að opnast inn á við
but Alice's elbow was pressed hard against the door
en olnboga Alice þrýstist fast að hurðinni
that attempt proved a failure
sú tilraun reyndist misheppnuð
Alice heard the rabbit speak to himself
Alice heyrði kanínuna tala við sjálfa sig
"Then I'll go around and get in through the window"
"Þá fer ég í kringum og kem inn um gluggann"
"That you won't!" thought Alice
"Það gerir þú ekki!" hugsaði Alice
and she waited a little again
Og hún beið aftur dálítið
soon she heard the rabbit just under the window
Brátt heyrði hún í kanínunni rétt undir glugganum
she suddenly spread out her hand
Hún rétti skyndilega út höndina
and she made a snatch in the air
og hún hrifsaði upp í loftið
She did not get hold of anything
Hún náði ekki í neitt
but she heard a little shriek and a fall
en hún heyrði lítið öskur og fall
and she heard a crash of broken glass
og hún heyrði brak úr glerbrotum

perhaps the rabbit had fallen
kannski hafði kanínan dottið
maybe he was in a green-house
kannski var hann í grænu húsi
Next came an angry voice; the rabbit's voice
Því næst kom reiðileg rödd; Rödd kanínunnar
"Pat, where are you?"
"Pat, hvar ertu?"
And then came a voice she had never heard before
Og þá kom rödd sem hún hafði aldrei heyrt áður
"your honour, I'm here!"
"Heiður þinn, ég er hér!"
"I'm digging for apples"
"Ég er að grafa eftir eplum"
"Here! Come and help me out of this!"
"Hérna! Komdu og hjálpaðu mér út úr þessu!"
"Now tell me, Pat, what's that in the window?"
"Segðu mér nú, Pat, hvað er þetta í glugganum?"
"Sure, your honour, I will tell you"
"Jú, heiður þinn, ég skal segja þér það"
"it's an arm that's in the window!"
"Það er handleggur sem er í glugganum!"
"Well, an arm has no business there"
"Jæja, armur á ekkert erindi þar"
"go and take the arm away!"
"Farðu og taktu handlegginn í burtu!"
There was a long silence after this
Það varð löng þögn eftir þetta
and Alice could only hear whispers now and then
og Alice heyrði bara hvísl af og til
and at last she spread out her hand again
og loks rétti hún út höndina aftur
and she made another snatch in the air
og hún hrifsaði enn eitt í loftið
This time there were two little shrieks
Í þetta skiptið heyrðust tvö lítil öskur
and there was more sounds of broken glass

og það heyrðust fleiri glerbrot
"I wonder what they'll do next!" thought Alice
"Ég velti því fyrir mér hvað þau geri næst!" hugsaði Alice
"I wish they would pull me out the window"
"Ég vildi að þeir myndu draga mig út um gluggann"
She waited for some time
Hún beið í nokkurn tíma
but for a while she didn't hear anything more
en um tíma heyrði hún ekkert meira
At last came a rumbling of little wheels
Loks heyrðist gnýr í litlum hjólum
and there came the sound of a good many voices
Og þar heyrðust margar raddir
all the voices were talking together
allar raddirnar töluðu saman
She could make out some of the words
Hún gat greint sum orðin
"Where's the other ladder?"
"Hvar er hinn stiginn?"
"Bill's got the other ladder"
"Bill er með hinn stigann"
"Bill, come here!"
"Bill, komdu hingað!"
"Will the roof bear the load?"
"Mun þakið bera byrðina?"
"Who wants to go down the chimney?"
"Hver vill fara niður í strompinn?"
"Nay, I shall not! You do it!"
"Nei, ég skal ekki gera það! Þú gerir það!"
"Here, Bill!"
"Hérna, Bill!"
"The master says you've got to go down the chimney!"
"Húsbóndinn segir að þú verðir að fara niður strompinn!"
Alice drew her foot as far down the chimney as she could
Alice dró fótinn eins langt niður strompinn og hún gat
and then she waited to see what was coming
og svo beið hún eftir að sjá hvað væri í boði

she heard a little animal scratching and scrambling
Hún heyrði lítið dýr klóra og skreppa
the little animal must be in the chimney
litla dýrið verður að vera í strompnum
then she gave one sharp kick
svo gaf hún eitt snöggt spark
and she waited to see what would happen next
og hún beið eftir að sjá hvað myndi gerast næst
she heard a general chorus of voices
hún heyrði almennan kór radda
"There goes Bill!" they all said
"Þarna fer Bill!" sögðu þeir allir
then she heard the rabbit's voice alone
Þá heyrði hún rödd kanínunnar eina
"You by the hedge, catch him!"
"Þú við limgerðið, náðu honum!"
there was another moment of silence
það varð önnur þögn
and then there was another confusion of voices
og svo varð annar ruglingur í röddum
"Hold up his head, Brandy"
"Haltu höfðinu uppi, Brandy"
"be careful not to choke him"
"Gættu þess að kæfa hann ekki"
"What happened to you?"
"Hvað kom fyrir þig?"
Last came a little feeble, squeaking voice
Síðast kom lítil veikburða, tístandi rödd
"Well, I hardly know no more"
"Jæja, ég veit varla meira"
"thank you all, I'm better now"
"takk öll, ég er betri núna"
"there is one thing I can remember"
"það er eitt sem ég man eftir"
"something comes at me like a train in a tunnel"
"Eitthvað kemur að mér eins og lest í göngum"
"and up I fly like a sky-rocket!"

"og upp flýg ég eins og eldflaug!"
there was a minute or two of silence
Það var ein eða tvær mínútur af þögn
and then they began moving about again
og síðan tóku þeir að hreyfa sig aftur
and Alice heard the Rabbit speak again
og Alice heyrði kanínuna tala aftur
"A barrowful will do, to begin with"
"Til að byrja með dugar haugfylli"
"A barrowful of what?" thought Alice
"Haugfylli af hverju?" hugsaði Alice
But she was not kept in suspense for long
En henni var ekki haldið lengi í spennu
a shower of little pebbles came through the window
Lítil smásteinaregn kom inn um gluggann
and some of the little pebbles hit her in the face
og sumir af litlu smásteinunum lentu í andlitinu á henni
Alice was surprised about the little pebbles
Alice var hissa á litlu smásteinunum
all the little pebbles were turning into cakes
allir litlu smásteinarnir voru að breytast í kökur
and a bright idea came into her head
og björt hugmynd kom upp í huga hennar
"I should eat one of these cakes"
"Ég ætti að borða eina af þessum kökum"
"cake is sure to make some change in my size"
"Kaka mun örugglega breyta stærðinni minni"
So she swallowed one of the cakes
Svo hún gleypti eina kökuna
and she was delighted to find that she began shrinking
og hún var ánægð að komast að því að hún fór að skreppa
saman
soon she was small enough to get through the door
brátt var hún orðin nógu lítil til að komast inn um dyrnar
she ran out of the house
Hún hljóp út úr húsinu
a crowd of little animals and birds were waiting outside

Fjöldi lítilla dýra og fugla beið fyrir utan
all the little birds and animals rushed at Alice
allir litlu fuglarnir og dýrin hlupu á Alice
but she ran off as fast as she could
en hún hljóp burt eins hratt og hún gat
and soon she found herself safe in a thick wood
og brátt fann hún sig örugga í þykkum skógi
Alice wandered about in the woods
Alice ráfaði um í skóginum
and she thought to herself:
Og hún hugsaði með sér:
"I know what I have to do first"
"Ég veit hvað ég þarf að gera fyrst"
"first I have to grow to my right size again"
"fyrst þarf ég að vaxa í rétta stærð aftur"
"and then I have to find my way into that lovely garden"
"og þá verð ég að rata inn í þennan yndislega garð"
"I suppose I ought to eat or drink something or other"
"Ég ætti ekki að borða eða drekka eitt eða annað"
"but the question is what should I eat or drink?"
"en spurningin er hvað á ég að borða eða drekka?"
Alice looked all around her at the flowers
Alice leit í kringum sig á blómin
and she looked through the blades of grass
og hún leit í gegnum grasstráin
but she could not see anything to eat or drink
en hún sá ekkert að borða eða drekka
nothing looked like the right thing to eat or drink
Ekkert leit út fyrir að vera réttur hlutur til að borða eða drekka
There was a large mushroom growing near her
Það var stór sveppur að vaxa nálægt henni
the mushroom was about the same height as Alice
sveppurinn var um það bil jafn hár og Alice
She stretched herself up on tiptoes
Hún teygði sig upp á tánum
and she peeped over the edge of the mushroom
og hún gægðist yfir brún sveppsins

her eyes immediately met the eyes of a large blue caterpillar
Augu hennar mættu strax augum stórrar blárrar maðks
the caterpillar was sitting on the top of the mushroom
Larfan sat efst á sveppnum
and the caterpillar had crossed all his arms
og maðkurinn hafði krosslagt alla handleggi sína
and he was quietly smoking a long hookah
og hann reykti hljóðlega langa vatnspípu
and he took not the smallest notice of anything
og hann tók ekki minnstu gaum að neinu
and he certainly didn't pay attention to Alice
og hann veitti Alice svo sannarlega ekki athygli

Advice from a caterpillar
Ráð frá maðki
At last the caterpillar took the hookah out of its mouth
Loksins tók lirfan vatnspípuna úr munni sér
and he addressed Alice in a languid, sleepy voice
og hann ávarpaði Alice með sljóri, syfjaðri röddu
"Who are you?" said the caterpillar
"Hver ert þú?" sagði lirfan

Alice replied, rather shyly, "I hardly know, sir"
Alice svaraði frekar feimnislega: "Ég veit það varla, herra"
"just at the moment it's all a bit..."
"Bara í augnablikinu er þetta allt svolítið..."
"I know who I was when I got up this morning""
"Ég veit hver ég var þegar ég fór á fætur í morgun""
"but I think I must have changed several times since then"
"en ég held að ég hljóti að hafa breyst nokkrum sinnum síðan
þá"
"What do you mean by that?" said the caterpillar

"Hvað meinarðu með því?" sagði lirfan
sternly the caterpillar asked her to explain herself
Stranglega bað lirfan hana að útskýra sig
"I can't explain myself, I'm afraid, sir," said Alice
"Ég get ekki útskýrt mig, ég er hræddur um, herra," sagði
Alice
"because I'm not myself"
"Af því að ég er ekki ég sjálf"
**"you see, being so many different sizes in a day is very
confusing"**
"Þú sérð, að vera svo margar mismunandi stærðir á einum
degi er mjög ruglingslegt"
She pulled herself up and said very gravely:
Hún reif sig upp og sagði mjög alvarlega:
"I think you ought to tell me who you are, first"
"Ég held að þú ættir að segja mér hver þú ert, fyrst"
"Why?" said the caterpillar
"Hvers vegna?" sagði lirfan
Alice could not think of any good reason
Alice gat ekki hugsað sér neina góða ástæðu
**and the caterpillar seemed to be in a very unpleasant state of
mind**
og lirfan virtist vera í mjög óþægilegu hugarástandi
so she turned away
Svo hún sneri sér undan
"Come back!" the caterpillar called after her
"Komdu aftur!" kallaði lirfan á eftir henni
"I've something important to say!"
"Ég hef eitthvað mikilvægt að segja!"
Alice turned and came back again
Alice sneri sér við og kom aftur
"Keep your temper," said the caterpillar
"Haltu skapi þínu," sagði lirfan
"Is that all?" said Alice
"Er það allt og sumt?" sagði Alice
and she swallowed her anger as well as she could
og hún kyngdi reiði sinni eins vel og hún gat

"No," said the caterpillar
"Nei," sagði lirfan
the caterpillar unfolded its arms
lirfan breiddi út handleggina
and he took the hookah out of his mouth again
Og hann tók vatnspípuna úr munni sér aftur
and he said, "So you think you're changed, do you?"
og hann sagði: "Svo þú heldur að þú sért breyttur, er það?"
"I'm afraid, I am changed, sir," said Alice
"Ég er hræddur um að ég sé breyttur, herra," sagði Alice
"I can't remember things as I used to remember them"
"Ég man ekki hlutina eins og ég var vanur að muna þá"
"and I don't stay the same size for more than ten minutes!"
"og ég er ekki í sömu stærð í meira en tíu mínútur!"
"What size do you want to be?" asked the caterpillar
"Hvaða stærð viltu vera?" spurði lirfan
"Oh, I don't particularly mind what size I am," Alice hastily replied
"Ó, mér er alveg sama hvaða stærð ég er," svaraði Alice í flýti
"I just don't like changing size so often, you know"
"Mér finnst bara ekki gaman að skipta um stærð svona oft, þú veist"
"I would like to be a little larger, sir"
"Mig langar að vera aðeins stærri, herra"
"if you wouldn't mind," added Alice
"ef þér væri sama," bætti Alice við
"Ten centimetres is such a wretched height to be"
"Tíu sentímetrar er svo ömurleg hæð að vera"
"It is a very good height indeed!" said the caterpillar angrily
"Það er mjög góð hæð!" sagði lirfan reiðilega
and he reared itself upright as he spoke
Og hann reis uppréttur meðan hann talaði
he was exactly ten centimetres high
Hann var nákvæmlega tíu sentímetrar á hæð
In a minute or two, the caterpillar got down off the mushroom
Eftir eina eða tvær mínútur fór lirfan niður af sveppnum

and he crawled away into the grass
og hann skreið í grasið
as he went away, he made some little remarks
Þegar hann gekk burt sagði hann nokkrar smá athugasemdir
"One side will make you grow taller"
"Önnur hliðin mun láta þig vaxa hærri"
"and the other side will make you grow shorter"
"og hin hliðin mun láta þig styttast"
"One side of what?" thought Alice to herself
"Ein hlið á hverju?" hugsaði Alice með sjálfri sér
"The other side of what?"
"Hin hliðin á hverju?"
"the side of the mushroom," said the caterpillar
"Hlið sveppsins," sagði maðkurinn
it was as if she had asked her question aloud
það var eins og hún hefði spurt spurningu sína upphátt
and in another moment, he was out of sight
og á öðru andartaki var hann horfinn úr augsýn
Alice remained looking thoughtfully at the mushroom
Alice horfði hugsi á sveppinn
**she was trying to make out which were the two sides of the
mushroom**
hún var að reyna að átta sig á því hverjar væru tvær hliðar
sveppsins
At last she stretched her arms around the mushroom
Loks teygði hún handleggina utan um sveppinn
and she broke off a bit of the edges
og hún braut svolítið af brúnunum
"And now, which side is which?" she said to herself
"Og nú, hvoru megin er hvil?" sagði hún við sjálfa sig
and she nibbled a little of the right-hand bit
og hún nartaði aðeins í hægri bitann
**The next moment she felt a violent blow underneath her
chin**
Á næsta augnabliki fann hún fyrir harkalegu höggi undir
hökunni
her chin had struck her foot!

Hakan hafði lent í fæti hennar!
She was a good deal frightened by this very sudden change
Hún var talsvert hrædd við þessa mjög skyndilegu breytingu
she was shrinking very rapidly
hún skreppti mjög hratt saman
so she quickly ate some of the other bit of mushroom
svo hún borðaði fljótt eitthvað af hinum sveppunum
Her chin was pressed very closely against her foot
Höku hennar var þrýst mjög þétt að fæti hennar
there was hardly room to open her mouth
það var varla pláss til að opna munninn
but she did at last manage to open her mouth
en henni tókst loksins að opna munninn
and she swallowed a morsel of the left-hand bit
og hún gleypti bita af vinstra bitanum
"my head's been freed at last!" said Alice
"Loksins er búið að losa höfuðið á mér!" sagði Alice
she looked down at herself
Hún leit niður á sjálfa sig
but all she could see was an immense length of neck
en það eina sem hún sá var gríðarlega langur háls
her neck seemed to rise like a stalk
Háls hennar virtist rísa eins og stöngull
and she looked down over a sea of green leaves
og hún leit niður yfir haf af grænum laufum
"Where have my shoulders gotten to?"
"Hvert eru axlir mínar komnar?"
"And oh, my poor hands, how is it I can't see you?"
"Og ó, aumingja hendurnar mínar, hvernig stendur á því að ég sé þig ekki?"
but her neck did have one benefit
en hálsinn hafði einn ávinning
she could move her head in any direction
hún gat hreyft höfuðið í hvaða átt sem er
in fact, she was just like a serpent
í raun var hún alveg eins og höggormur
she gracefully zigzagged her head down

Hún sikksakkaði höfðinu þokkalega niður
and she moved her head through the trees
og hún hreyfði höfuðið milli trjánna
but then she heard a sharp hiss
en þá heyrði hún snöggt hvæs
and she quickly pulled her head back
og hún dró höfuðið snöggt aftur
a large pigeon had flown into her face
Stór dúfa hafði flogið í andlit hennar
and the pigeon was violently with its wings
og dúfan var harkalega með vængina

"Serpent!" cried the pigeon
"Höggormur!" hrópaði dúfan
"I'm not a serpent!" said Alice indignantly
"Ég er ekki höggormur!" sagði Alice reið

"Leave me alone!"
"Láttu mig í friði!"
"I've tried the roots of trees"
"Ég hef prófað rætur trjáa"
"and I've tried hedges," the pigeon went on
"og ég hef prófað limgerði," hélt dúfan áfram
"but those serpents! There's no pleasing them!"
"En þessir höggormar! Það er ekkert að þóknast þeim!"
Alice was more and more puzzled
Alice varð meira og meira undrandi
"As if it wasn't trouble enough hatching the eggs," said the pigeon
"Eins og það væri ekki nógu mikið vesen að klekja út eggjunum," sagði dúfan
"by night and day I must look out for serpents too!"
"Nótt og dag verð ég líka að passa mig á höggormum!"
"I had just found the highest tree in the forest"
"Ég var nýbúinn að finna hæsta tréð í skóginum"
"surely I'd be free from serpents here?"
"Ætli ég væri laus við höggorma hér?"
"and out comes a serpent from the sky!"
"Og út kemur höggormur af himni!"
"But I'm not a serpent, I tell you!" said Alice
"En ég er ekki höggormur, segi ég þér!" sagði Alice
"I'm a... I'm a... I'm a little girl," she added rather doubtfully
"Ég er... Ég er... Ég er lítil stelpa," bætti hún við frekar efasemdarlega
she had after all been going through a lot of changes
Hún hafði jú verið að ganga í gegnum miklar breytingar
"You're looking for eggs," said the pigeon
"Þú ert að leita að eggjum," sagði dúfan
"I know that for a fact"
"Ég veit það fyrir víst"
"and what does it matter if you're a little girl or a serpent?"
"Og hvaða máli skiptir það hvort þú ert lítil stelpa eða höggormur?"
"It matters a good deal to me," said Alice hastily

"Það skiptir mig miklu máli," sagði Alice í flýti
"but I'm not looking for eggs, as it happens"
"en ég er ekki að leita að eggjum, eins og það gerist"
"and I wouldn't want your eggs anyway"
"og ég myndi hvort sem er ekki vilja eggin þín"
"I don't like my eggs raw"
"Mér líkar ekki við eggin mín hrá"
"Well, be off then!" said the pigeon in a sulky tone
"Jæja, farðu þá!" sagði dúfan fúl
and the pigeon settled down again into its nest
og dúfan settist aftur niður í hreiður sitt
Alice crouched down among the trees as well as she could
Alice hneig niður á milli trjánna eins vel og hún gat
her neck kept getting entangled among the branches
Hálsinn á henni flæktist stöðugt á milli greinanna
every now and then she had to stop and untwist her neck
Öðru hvoru þurfti hún að stoppa og snúa hálsinum
After awhile she remembered the mushroom
Eftir smá stund mundi hún eftir sveppnum
she still held the pieces of mushroom in her hands
hún hélt enn á sveppabitunum í höndunum
and she set to work very carefully
og hún hófst handa mjög varlega
first she nibbled at one piece
fyrst nartaði hún í eitt stykki
and then she nibbled at the other piece
og svo nartaði hún í hitt stykkið
sometimes she grew taller
stundum varð hún hærri
and sometimes she grew shorter
og stundum varð hún styttri
but finally she achieved her usual height
en loksins náði hún sinni venjulegu hæð
she hadn't been her own height for some time
hún hafði ekki verið á sinni eigin hæð í nokkurn tíma
so everything felt strange for a while
Þannig að allt var undarlegt um stund

"The next thing to do is to get into that beautiful garden"
"Það næsta sem þarf að gera er að fara inn í fallega garðinn"
"how is that to be done, I wonder?"
"hvernig á að gera það, velti ég fyrir mér?"
As she said this, she came upon an open place
Þegar hún sagði þetta kom hún að opnum stað
there was a little house, a bit higher than a metre
það var lítið hús, aðeins hærra en metri
"I wonder who lives in this little house"
"Ég velti því fyrir mér hver býr í þessu litla húsi"
"I certainly can't go in as big as I am"
"Ég get svo sannarlega ekki farið inn eins stór og ég er"
"I would frighten them terribly!"
"Ég myndi hræða þá hræðilega!"
so she nibbled at the little mushroom again
svo hún nartaði aftur í litla sveppinn
and soon she brought herself down thirty centimetres
og brátt kom hún sér niður þrjátíu sentímetra

A pig and some pepper
Svín og smá pipar

For a minute or two she stood looking at the house
Í eina eða tvær mínútur stóð hún og horfði á húsið
suddenly a footman came running out of the woods
Skyndilega kom fótgöngumaður hlaupandi út úr skóginum
he was wearing a special livery uniform
hann var í sérstökum einkennisbúningi
judging by his face only, she would have called him a fish
Af andliti hans að dæma hefði hún kallað hann fisk
and he rapped loudly at the door with his knuckles
og hann bankaði hátt á dyrnar með hnúunum
the door was opened by another footman
Annar fótgöngumaður opnaði dyrnar
this footman too was wearing a special livery
Þessi fótgangandi var líka í sérstökum klæðnaði
this footman had a round face and large eyes like a frog
Þessi fótgangandi var með kringlótt andlit og stór augu eins
og froskur

The footman that looked like a fish initiated the ceremony
Fótgangandi maðurinn sem leit út eins og fiskur hóf athöfnina
he pulled out something from under his arm
Hann dró eitthvað undan handleggnum á sér
and he pulled out from under his arm an envelope
og hann dró umslag undan hendi sér
and this envelope he handed over to the other footman
Og þetta umslag rétti hann hinum fótgöngumanninum
in a ceremonious tone he told him the orders
í hátíðlegum tón sagði hann honum skipanirnar
"This message is for the Duchess"
"Þessi skilaboð eru til hertogaynjunnar"
"An invitation from the queen to play croquet"
"Boð frá drottningunni um að spila á krikket"
The footman that looked like a frog repeated the order
Fótgöngumaðurinn sem leit út eins og froskur endurtók
skipunina
"from the queen"
"Frá drottningunni"
"an invitation"
"boð"
"for the Duchess"
"fyrir hertogaynjuna"
"playing croquet"
"Að spila krikket"
Then they both bowed low
Þá hneigðu þeir sig báðir lágt
and the curls in their wigs got entangled together
og krullurnar í hárkollunum þeirra flæktust saman
soon the footman that looked like a fish was gone
Brátt var fótgangandi maðurinn, sem leit út eins og fiskur,
horfinn
but the footman that looked like a frog was still there
En fótgöngumaðurinn, sem leit út eins og froskur, var þar enn
he was sitting on the ground near the door
Hann sat á jörðinni nálægt dyrunum
he was staring stupidly up into the sky

hann starði heimskulega upp í himininn
Alice went timidly up to the door and knocked
Alice gekk feimnislega upp að dyrunum og bankaði
"There's no use in knocking," said the footman
"Það þýðir ekkert að banka," sagði fótgangandi
"and that is for two reasons"
"Og það er af tveimur ástæðum"
"First, because I'm on the same side of the door as you are"
"Í fyrsta lagi vegna þess að ég er sömu megin við dyrnar og
þú"
"secondly, because they're making so much noise inside"
"Í öðru lagi vegna þess að þeir eru að gera svo mikinn hávaða
inni"
"no one could possibly hear you"
"enginn heyrði í þér"
**And there certainly was a most extraordinary noise going on
within**
Og það var vissulega ótrúlegur hávaði í gangi innra með
okkur
a constant howling and sneezing
stöðugt væl og hnerra
and every now and then a sound of great crashing
og öðru hvoru heyrist mikið brak
as if a dish or kettle had been broken to pieces
eins og diskur eða ketill hafi verið brotinn í sundur
"How am I to get in?" asked Alice
"Hvernig á ég að komast inn?" spurði Alice
"Should you get in at all?" said the footman
"Ættirðu að komast inn?" sagði fótgangandi
"That's the first question, you know"
"Það er fyrsta spurningin, veistu"
Alice opened the door and went in
Alice opnaði dyrnar og fór inn
The door led right into a large kitchen
Hurðin leiddi beint inn í stórt eldhús
the kitchen was full of smoke from one end to the other
eldhúsið var fullt af reyk frá einum enda til annars

in the middle of the kitchen was the Duchess
í miðju eldhúsinu var hertogaynjan
she was sitting on a three-legged stool
hún sat á þrífættum kolli
and she was nursing a baby
og hún var með barn á brjósti
the cook was leaning over the fire
kokkurinn hallaði sér yfir eldinn
he was stirring a large caldron
hann var að hræra í stórum köllri
and the caldron seemed to be full of soup
og caldron virtist vera full af súpu
**"There's certainly too much pepper in that soup!" Alice said
to herself**
"Það er vissulega of mikill pipar í súpunni!" sagði Alice við
sjálfa sig
she said it as best she could without sneezing
Hún sagði það eins vel og hún gat án þess að hnerra
Even the Duchess sneezed occasionally
Meira að segja hertogaynjan hnerraði af og til
but the baby's actions were the most noteworthy
en gjörðir barnsins voru eftirtektarverðastar
the baby was sneezing and howling alternately
barnið hnerraði og grenjaði til skiptis
**there was not a moment's pause between howling and
sneezing**
Það var ekki augnabliks hlé á milli væls og hnerra
There were two creatures in the kitchen that did not sneeze
Það voru tvær verur í eldhúsinu sem hnerruðu ekki
the cook was too busy to sneeze
kokkurinn var of upptekinn til að hnerra
and the large cat did not seem to mind the pepper
og stóri kötturinn virtist ekki hafa neitt á móti piprinni
instead, the large cat was grinning from ear to ear
í staðinn glotti stóri kötturinn frá eyra til eyra
"Please would you tell me," said Alice, a little timidly
"Viltu segja mér það," sagði Alice dálítið feimnislega

"why is your cat grinning like that?"
"Af hverju glottir kötturinn þinn svona?"
"It's a Cheshire-Cat," said the Duchess
"Þetta er Cheshire-köttur," sagði hertogaynjan
"and that's why he's grinning from ear to ear"
"Og þess vegna glottir hann frá eyra til eyra"
"I didn't know that a Cheshire-Cat always grinned"
"Ég vissi ekki að Cheshire-köttur glotti alltaf"
"in fact, I didn't know that cats could grin," said Alice
"reyndar vissi ég ekki að kettir gætu glott," sagði Alice
"there is much you don't know," said the Duchess
"það er margt sem þú veist ekki," sagði hertogaynjan
"there is much you don't know and that's a fact"
"Það er margt sem þú veist ekki og það er staðreynd"
Just then the cook took the caldron of soup off the fire
Í sömu andrá tók kokkurinn súpupottinn af eldinum
and at once she started throwing everything within her reach
og um leið byrjaði hún að kasta öllu sem hún náði til
she threw everything she could at the Duchess and the babe
hún kastaði öllu sem hún gat í hertogaynjuna og barnið
first she threw the fire-irons
fyrst kastaði hún eldjárnunum
then she threw a handful of saucepans
síðan kastaði hún handfylli af pottum
and finally she threw the plates and dishes
og loks henti hún diskunum og diskunum
The Duchess took no notice of her
Hertogaynjan tók ekki mark á henni
even when she was hit by a plate she did not worry
jafnvel þegar hún var lamin af plötu hafði hún ekki áhyggjur
the baby was already howling so much
barnið grenjaði nú þegar svo mikið
**so it was impossible to say whether the blows hurt the baby
or not**
svo það var ómögulegt að segja til um hvort höggin meiddu
barnið eða ekki
"Oh, please mind what you're doing!" cried Alice

"Ó, vinsamlegast hafðu í huga hvað þú ert að gera!" hrópaði
Alice
and she jumped up and down in an agony of terror
og hún stökk upp og niður af skelfingu
the Duchess offered Alice the baby
hertogaynjan bauð Alice barnið
"Here! You may nurse the baby a bit, if you like!"
"Hérna! Þú mátt gefa barninu aðeins á brjósti, ef þú vilt!"
and she flung the baby at her as she spoke
og hún fleygði barninu til sín um leið og hún talaði
"I must go and get ready to play croquet with the queen"
"Ég verð að fara og gera mig tilbúinn til að spila krikket við
drottninguna"
and she hurried out of the room
og hún flýtti sér út úr herberginu
Alice caught the baby with some difficulty
Alice náði barninu með nokkrum erfiðleikum
because it was a very odd-shaped little creature
vegna þess að þetta var mjög skrýtin lítil skepna
and the baby held out its arms and legs in all directions
og barnið rétti út handleggi og fætur í allar áttir
"I better take this child away with me," thought Alice
"Það er best að ég taki þetta barn með mér," hugsaði Alice
"they're sure to kill this baby in a day or two"
"Þeir munu örugglega drepa þetta barn eftir einn eða tvo
daga"
"Wouldn't it be murder to leave this baby behind?"
"Væri það ekki morð að skilja þetta barn eftir?"
She said the last words out loud
Hún sagði síðustu orðin upphátt
and the little thing grunted in reply
og litli hluturinn nöldraði til svars
"you best not turn into a pig, my dear," said Alice
"Það er best að þú breytist ekki í svín, elskan mín," sagði Alice
"or else I'll have nothing more to do with you"
"annars hef ég ekkert meira með þig að gera"
Alice was just beginning to think to herself:

Alice var rétt að byrja að hugsa með sér:
"Now, what am I to do with this creature, when I get it home?"
"Nú, hvað á ég að gera við þessa skepnu, þegar ég fæ hana heim?"
but then the little creature grunted a little violently
en þá nöldraði litla skepnan svolítið kröftuglega
and Alice looked down into its face in some alarm
og Alice leit skelfingu lostin niður í andlit hennar
This time there could be no mistake about it
Að þessu sinni gat ekki verið um það að fara á milli mála
it was neither more nor less than a pig
það var hvorki meira né minna en svín
so she set the little creature down
svo hún setti litlu skepnuna niður
and the little creature trot away quietly into the wood
og litla skepnan brokkaði hljóðlega inn í skóginn
Alice felt quite relieved to see the creature go
Alice var mjög létt að sjá veruna fara
Alice was a little startled by seeing the Cheshire-Cat
Alice varð svolítið hissa við að sjá Cheshire-köttinn
it was sitting on a bough of a tree a few yards off
það sat á trjágrein nokkrum metrum í burtu
The cat only grinned when it saw her
Kötturinn glotti aðeins þegar hann sá hana
"Cheshire-cat," began Alice, rather timidly
"Cheshire-köttur," byrjaði Alice heldur feimnislega
"would you please tell me which way I ought to go from here?"
"Viltu vinsamlegast segja mér hvaða leið ég ætti að fara héðan?"
"In that direction," the cat said
"Í þá átt," sagði kötturinn
and it waved the right paw around
og það veifaði hægri loppunni
"In that direction lives a maker of hats"
"Í þá átt býr hattasmiður"

and then the cat waved its other paw
og svo veifaði kötturinn hinni loppunni
"and in that direction lives a march hare"
"og í þá átt býr héri"
"Visit either you like; they're both mad"
"Komdu í heimsókn hvort sem þú vilt; þeir eru báðir brjálaðir"
"But I don't want to go among mad people," Alice remarked
"En ég vil ekki fara meðal vitlausra," sagði Alice
"Oh, you can't help that," said the Cat
"Ó, þú getur ekki annað," sagði kötturinn
"we're all mad here"
"Við erum öll brjáluð hérna"
"are you playing croquet with the queen today?"
"Ertu að spila krikket við drottninguna í dag?"
"I would like to very much," said Alice
"Mig langar mjög mikið," sagði Alice
"but I haven't been invited yet"
"en mér hefur ekki verið boðið ennþá"
"You'll see me there," said the Cat
"Þú sérð mig þarna," sagði kötturinn
and from one moment to the next the cat vanished
og frá einu augnabliki til annars hvarf kötturinn
soon Alice got in sight of the house of the march hare
fljótlega kom Alice auga á hús harans
this was a very large house
Þetta var mjög stórt hús
so Alice did not want to go near the house
svo Alice vildi ekki fara nálægt húsinu
first she had to nibble some more of the left side bit of mushroom
fyrst þurfti hún að narta meira af sveppnum vinstra megin

a mad tea-party
brjálað teboð

In front of the house there was a tree
Fyrir framan húsið var tré
and under the tree there was a table
og undir trénu var borð
and the table was set with all sorts of cutlery
og borðið var dekkað með alls kyns hnífapörum
the march hare and the hat maker were at the table
Hérinn og hattasmiðurinn voru við borðið
and together they were having tea
og saman voru þeir að drekka te
a dormouse was sitting between them
svefnmús sat á milli þeirra
and the dormouse was fast asleep
Og svefnmúsin var sofnuð
The table was of extraordinary size
Borðið var óvenju stórt
but most of the table was unoccupied
en megnið af borðinu var mannlaust
they sat crowded together at one corner of the table
Þau sátu þétt saman í einu horni borðsins
and yet they made excuses when they saw Alice
og samt afsakuðu þau sig þegar þau sáu Alice
"No room! No room!" they cried out
"Ekkert pláss! Ekkert pláss!" hrópuðu þeir
"There's plenty of room!" said Alice indignantly
"Það er nóg pláss!" sagði Alice reið
at one end of the table there was a large arm-chair
Við annan enda borðsins var stór hægindastóll
and Alice sat herself in the armchair
og Alice settist í hægindastólinn
the hat maker opened his eyes very wide
hattasmiðurinn opnaði augun mjög opin
he couldn't believe what he was seeing
Hann trúði ekki því sem hann sá
but his mind was curious about other things

en hugur hans var forvitinn um aðra hluti
"Why is a raven like a writing-desk?"
"Af hverju er hrafn eins og skrifborð?"
Alice was open to the challenge
Alice var opin fyrir áskoruninni
"I'm glad they've begun asking riddles"
"Ég er ánægður með að þeir eru farnir að spyrja gáta"
"I believe I can guess that," she added aloud
"Ég held að ég geti giskað á það," bætti hún við upphátt
The march hare grew curious about Alice
Hérinn varð forvitinn um Alice
"Do you really think you can find the answer?"
"Heldurðu virkilega að þú getir fundið svarið?"
"I think I can find the answer indeed," said Alice
"Ég held að ég geti fundið svarið," sagði Alice
**"Then you should say what you mean," the march hare went
on**
"Þá ættirðu að segja það sem þú meinar," hélt hérinn áfram
"I do say what I mean," Alice hastily replied
"Ég segi það sem ég meina," svaraði Alice í flýti
"at the very least I mean what I say"
"að minnsta kosti meina ég það sem ég segi"
"that's the same thing, you know"
"Það er sami hluturinn, þú veist"
the dormouse also contributed to the conversation
Svefnmúsin lagði einnig sitt af mörkum til samtalsins
but the dormouse seemed to be talking in its sleep
en svefnmúsin virtist tala í svefni
"I breathe when I sleep"
"Ég anda þegar ég sef"
"I sleep when I breathe!"
"Ég sef þegar ég anda!"
"you might as well say they are the same too"
"Þú gætir alveg eins sagt að þeir séu eins líka"
"It is the same thing with you," said the hat maker
"Það er það sama með þig," sagði hattasmiðurinn
and he poured a little tea on the dormouse's nose

og hann hellti dálitlu tei á nefið á svefnmúsinni
The Dormouse shook its head impatiently
Svefnmúsin hristi höfuðið óþolinmóð
and again the dormouse spoke, without opening its eyes
og aftur talaði svefnmúsin án þess að opna augun
"Of course, of course it is the same"
"Auðvitað, auðvitað er það það sama"
"that's just what I was going to say myself"
"Það var bara það sem ég ætlaði að segja sjálfur"

The hat maker turned to Alice and asked another question
Hattasmiðurinn sneri sér að Alice og spurði annarrar spurningar
"Have you guessed the riddle yet?"
"Hefurðu giskað á gátuna ennþá?"
"No, I give up," Alice conceded
"Nei, ég gefst upp," viðurkenndi Alice
"What's the answer?" she wanted to know
"Hvert er svarið?" vildi hún vita
"I haven't the slightest idea," said the hat maker

"Ég hef ekki minnstu hugmynd," sagði hattasmiðurinn
"Nor do I know," said the march hare
"Ég veit það ekki heldur," sagði hérinn
Alice gave a weary sigh
Alice andvarpaði þreytulega
"there are better uses of time than riddles without answers"
"Það er til betri nýting tímans en gátur án svara"
**"have some more tea," the march hare said to Alice, very
earnestly**
"Fáðu þér meira te," sagði hérinn við Alice mjög einlæglega
Alice was quite offended by the offer
Alice var mjög móðguð yfir tilboðinu
"I've had not had tea yet," Alice replied
"Ég hef ekki fengið mér te ennþá," svaraði Alice
"therefore I can't have any more tea"
"þess vegna get ég ekki fengið meira te"
"You mean you can't have less tea," said the hat maker
"Þú meinar að þú getir ekki fengið minna te," sagði
hattasmiðurinn
"it's very easy to take more than nothing"
"Það er mjög auðvelt að taka meira en ekkert"
At this, Alice got up and walked off
Við þetta stóð Alice upp og gekk í burtu
The dormouse fell asleep instantly
Svefnmúsin sofnaði samstundis
and neither of the others took the least notice of her going
og hvorugur hinna gaf minnstu gaum að hún færi
though she looked back once or twice
þó hún líti til baka einu sinni eða tvisvar
they were trying to put the dormouse into the tea-pot
þeir voru að reyna að stinga svefnmúsinni í tekönnuna
"At any rate, I'll never go there again!" said Alice
"Ég fer allavega aldrei þangað aftur!" sagði Alice
and she walked her way through the woods
og hún gekk leið sína í gegnum skóginn
"that was the stupidest tea-party I've ever been to"
"þetta var heimskulegasta teboð sem ég hef farið í"

Just as she said this, she noticed something
Rétt þegar hún sagði þetta tók hún eftir einhverju
one of the trees had a door leading right into it
eitt trénna var með hurð sem leiddi beint inn í það
"That's very interesting!" she thought
"Það er mjög áhugavert!" hugsaði hún
"I think I may as well go through the door"
"Ég held að ég geti alveg eins farið inn um dyrnar"
And through the door she went
Og inn um dyrnar gekk hún
Once more she found herself in the long hall
Enn einu sinni var hún komin inn í langa salinn
again she was close to the little glass table
aftur var hún nálægt litla glerborðinu
she took the little golden key
Hún tók litla gulllykilinn
and she unlocked the door that led into the garden
og hún opnaði dyrnar, sem lágu út í garðinn
Then she set to work nibbling at the mushroom
Svo hófst hún handa við að narta í sveppinn
she had kept a piece of the mushroom in her pocket
Hún hafði geymt stykki af sveppnum í vasanum
and finally she was about a metre tall
og loks var hún um metri á hæð
then she walked down the little corridor
svo gekk hún eftir litla ganginum
and then she finally found herself in the beautiful garden
og þá var hún loksins komin í fallega garðinn
and she was among the bright flower and the cool fountains
Og hún var meðal bjartra blóma og svalra gosbrunna

The queen's croquet ground
Krikketvöllur drottningarinnar
A large rose-tree stood near the entrance of the garden
Stórt rósatré stóð við innganginn til garðsins
the roses growing on the tree were white
rósirnar sem uxu á trénu voru hvítar
but there were three gardeners painting the rose
en það voru þrír garðyrkjumenn að mála rósina
they were busily painting the roses red
þeir voru önnum kafnir við að mála rósirnar rauðar
and Alice was watching them paint the roses red
og Alice horfði á þá mála rósirnar rauðar
and suddenly their eyes chanced to fall upon Alice
og skyndilega féllu augu þeirra á Alice
Alice spoke a little timidly
Alice talaði svolítið feimnislega
"Would you tell me, please;"
"Viltu segja mér það, vinsamlegast;"
"why are you all painting those roses?"
"Af hverju eruð þið öll að mála þessar rósir?"
five and seven said nothing, but looked at two
fimm og sjö sögðu ekkert, en litu á tvo
two spoke, in a low voice
tveir töluðu lágt
"Why, the fact is, you see, madam"
"Staðreyndin er sú, sjáðu til, frú"
"this here ought to have been a red rose-tree"
"þetta hefði átt að vera rautt rósatré"
"and we put a white rose-tree in by mistake"
"og við settum hvítt rósatré í fyrir mistök"
"as you would agree, the queen must not find out"
"Eins og þú ert sammála má drottningin ekki komast að því"
"else we would all have our heads cut off"
"annars myndum við öll láta höggva höfuðið af okkur"
"So you see, madam, we're doing our best"
"Svo þú sérð, frú, við erum að gera okkar besta"
card five had been anxiously looking across the garden

Spil fimm hafði horft áhyggjufullt yfir garðinn
At this moment card five called out, "The queen! The queen!"
Á þessu augnabliki kallaði á spil fimm: "Drottningin! Drottningin!"
and the three gardeners instantly scurried away
og garðyrkjumennirnir þrír flýttu sér samstundis í burtu
and they threw themselves flat upon their faces
og þeir fleygðu sér flötum á andlit sér
There was a sound of many footsteps
Mörg fótatak heyrðust
Alice looked around, eager to see the queen
Alice leit í kringum sig, spennt að sjá drottninguna
At the start of the procession were ten soldiers
Við upphaf göngunnar voru tíu hermenn
their hands and feet were in the corners
hendur þeirra og fætur voru í hornum
and in their hands and feet were clubs
og í höndum þeirra og fótum voru kylfur
next came the ten courtiers
Næst komu hirðmennirnir tíu
the courtiers were ornamented all over with diamonds
hirðmennirnir voru prýddir demöntum út um allt
After the courtiers came the royal children
Á eftir hirðmönnunum komu konungsbörnin
there were ten of the royal children
Það voru tíu af konunglegu börnunum
and all the royal children were ornamented with hearts
og öll konungsbörnin voru prýdd hjörtum
Next came the guests; mostly kings and queens
Næst komu gestirnir; aðallega kóngar og drottningar
and among the kings and queen Alice saw someone
og meðal konunganna og drottningar sá Lísa einhvern
she saw again the white rabbit she had chased
Hún sá aftur hvítu kanínuna sem hún hafði elt
The procession was followed the knave of hearts
Göngunni var fylgt hjörtum

he was carrying the king's crown
hann bar kórónu konungs
and the king's crown was on a crimson velvet cushion
og króna konungs var á rauðum flauelspúða
and then came the end of this grand procession
og svo lauk þessari miklu skrúðgöngu
and there at the end were the king and queen of hearts
og þar í lokin voru konungur og drottning hjartans
the procession came opposite to Alice
skrúðgangan kom á móti Alice
and they all stopped and looked at her
og þeir stoppuðu allir og litu á hana
and the queen said severely, "Who is this?"
Og drottning sagði alvarlega: "Hver er þetta?"
She said it to the Knave of Hearts
Hún sagði það við hjörtuhnútinn
but he just bowed and smiled in reply
en hann hneigði sig bara og brosti til svars
Alice spoke very politely
Alice talaði mjög kurteislega
"My name is Alice, so please your majesty"
"Ég heiti Alice, svo þóknast yðar hátign"
but she had other thoughts to herself
en hún hafði aðrar hugsanir út af fyrir sig
"they're only a pack of cards, after all!"
"Þetta eru jú bara spilapakki!"
"Can you play croquet?" shouted the queen
"Geturðu spilað krikket?" hrópaði drottningin
The question was evidently meant for Alice
Spurningin var greinilega ætluð Alice
"Yes!" said Alice loudly
"Já!" sagði Alice hátt
"Come play then!" roared the queen
"Komdu og leiktu þá!" öskraði drottningin
a timid voice spoke to Alice
huglítil rödd talaði við Alice
"it's a very fine day!"

"Þetta er mjög góður dagur!"
She was walking by the white rabbit
Hún gekk hjá hvítu kanínunni
and the White Rabbit was peeping anxiously into her face
og hvíta kanínan gægðist áhyggjufull í andlit hennar
"a very fine day indeed," confirmed Alice
"Sannarlega góður dagur," staðfesti Alice
"Where's the duchess?"
"Hvar er hertogaynjan?"
"Hush! Hush!" said the Rabbit
"Þegi! Þegi!" sagði kanínan
"She's under sentence of execution"
"Hún er dæmd til aftöku"
"What is she being executed for?" asked Alice
"Fyrir hvað er verið að taka hana af lífi?" spurði Alice
"She scuffed the queen's ears," the rabbit began
"Hún klóraði eyrun á drottningunni," byrjaði kanínan
the queen shouted in a voice of thunder
Drottningin hrópaði þrumuröddu
"Get to your places!"
"Komdu á staðina þína!"
and people began running about in all directions
og fólk tók að hlaupa um í allar áttir
and they all tumbled up against each other
og þeir hrundu allir hver á móti öðrum
However, they got settled down in a minute or two
Hins vegar náðu þeir að jafna sig á einni eða tveimur
mínútum
and then the game began
og þá hófst leikurinn
Alice had never seen such a curious croquet ground
Alice hafði aldrei séð jafn forvitnilegan krikketvöll
the grass was all ridges and furrows
Grasið var allt hryggir og rófur
The croquet balls were real hedgehogs
Krikketboltarnir voru alvöru broddgeltir
and the mallets were real flamingos

og hamrarnir voru alvöru flamingóar
and the soldiers stood on their hands and feet
Og hermennirnir stóðu á höndum og fótum
because the arches was made from their bodies
vegna þess að bogarnir voru gerðir úr líkama þeirra
The players all played at once
Leikmennirnir spiluðu allir í einu
nobody waited for their turns
enginn beið eftir að röðin kæmi að þeim
and everyone quarrelled with everyone
og allir deildu við alla
and all were fighting for the hedgehogs
og allir börðust fyrir broddgeltina
soon the queen was in a furious passion
Brátt varð drottningin í ofsafenginni ástríðu
and she started stamping about and shouting
og hún byrjaði að stappa um og hrópa
"Chop off his head!"
"Höggvið höfuðið af honum!"
"Chop off her head!"
"Höggvið höfuðið af henni!"
"Chop all their heads off!"
"Höggvið höfuðið af þeim!"
Again Alice thought to herself
Aftur hugsaði Alice með sjálfri sér
"They're dreadfully fond of beheading people here"
"Þeir eru hræðilega hrifnir af því að hálshöggva fólk hérna"
"the great wonder is that there's anyone left alive!"
"Stóra undrið er að það er einhver eftir á lífi!"
She was looking about for some way of escape
Hún var að leita að einhverri undankomuleið
she noticed a curious appearance in the air
hún tók eftir forvitnilegum svip í loftinu
"It's the Cheshire-cat," she said to herself
"Þetta er Cheshire-kötturinn," sagði hún við sjálfa sig
"now I shall have somebody to talk to"
"nú skal ég hafa einhvern til að tala við"

"How are you getting on?" said the cat
"Hvernig hefurðu það?" sagði kötturinn
"I don't think they play at all fairly," Alice said
"Mér finnst þeir alls ekki spila sanngjarnt," sagði Alice
and she had a rather complaining tone
og hún hafði frekar kvartandi tón
"they all quarrel so dreadfully"
"þeir rífast allir svo hræðilega"
"one can't hear oneself speak"
"Maður heyrir ekki sjálfan sig tala"
"and they don't seem to play by any rules"
"Og þeir virðast ekki spila eftir neinum reglum"
the cat asked Alice a question in a low voice
kötturinn spurði Alice lágt
"How do you like the queen?"
"Hvernig líst þér á drottninguna?"
"I don't like her at all," said Alice
"Mér líkar alls ekki við hana," sagði Alice

Alice thought she might as well go back
Alice hugsaði með sér að hún gæti alveg eins farið til baka
she wanted to see how the game was going
Hún vildi sjá hvernig leikurinn gengi
she went off in search of her hedgehog
Hún fór í leit að broddgeltinum sínum
The hedgehog was busy fighting another hedgehog
Broddgölturinn var upptekinn við að berjast við annan
broddgelt
this was an excellent opportunity
Þetta var frábært tækifæri
she could croquet one hedgehog with the other
hún gat krikket annan broddgeltinn með hinum
but her flamingo was on the other side of the garden
en flamingóinn hennar var hinum megin við garðinn
the flamingo was rather clumsy
Flamingóinn var frekar klaufalegur
her flamingo was trying to fly up into a tree
Flamingóinn hennar var að reyna að fljúga upp í tré
She caught the flamingo by the leg
Hún greip flamingóinn í fótinn
and she tucked the flamingo away under her arm
og hún stakk flamingónum undir handlegginn
that way the flamingo couldn't escape again
Þannig gat flamingóinn ekki sloppið aftur
Just then Alice happened to meet the duchess
Einmitt þá hitti Alice hertogaynjuna fyrir tilviljun
The duchess was now out of prison
Hertogaynjan var nú laus úr fangelsi
She tucked her arm affectionately under Alice's arm
Hún lagði handlegginn ástúðlega undir handlegg Alice
and then they walked off together
og síðan gengu þeir burt saman
Alice was very glad to find her in such a pleasant temper
Alice var mjög fegin að finna hana í svona góðu skapi
She was a little startled, however
Henni var þó svolítið brugðið

she heard the voice of the duchess close to her ear
Hún heyrði rödd hertogaynjunnar nálægt eyra sér
"You're thinking about something, my dear"
"Þú ert að hugsa um eitthvað, elskan mín"
"and that makes you forget to talk"
"Og það fær þig til að gleyma að tala"
"The game's going on rather better now," Alice said
"Leikurinn gengur heldur betur núna," sagði Alice
it was one way of keeping the conversation going
það var ein leið til að halda samtalinu gangandi
"it is so indeed," said the duchess
"Svo er það," sagði hertogaynjan
"and the moral of that is this:"
"Og boðskapurinn í því er þessi:"
"It is love that does it all!"
"Það er ástin sem gerir allt!"
"Love is what makes the world go around"
"Ástin er það sem fær heiminn til að snúast"
Alice had another explanation
Alice hafði aðra skýringu
"it's done by everybody minding his own business!"
"Það er gert með því að allir hugsi um sín mál!"
"Ah, well! You could be right"
"Jæja! Þú gætir haft rétt fyrir þér"
"It all means much the same thing," said the Duchess
"Þetta þýðir allt það sama," sagði hertogaynjan
and she dug her sharp little chin into Alice's shoulder
og hún gróf beitta litla hökuna sína í öxlina á Alice
"and the moral of that is this"
"Og boðskapurinn í því er þessi"
"Take care of the sense"
"Gættu að skilningarvitinu"
"and then the sounds will take care of themselves"
"Og þá munu hljóðin sjá um sig sjálf"
but then the duchess's arm began to tremble
en þá tók handleggur hertogaynjunnar að skjálfa
Alice looked up and there stood the queen

Alice leit upp og þar stóð drottningin
the queen had her arms folded
drottningin var með krosslagða hendur
and she was frowning like a thunderstorm!
og hún gretti sig eins og þrumuveður!
"I give you fair warning," shouted the queen
"Ég gef þér sanngjarna viðvörun," hrópaði drottningin
and she stomped on the ground as she spoke
og hún stappaði á jörðina meðan hún talaði
"either your head or her head must be off"
"annað hvort verður höfuðið á þér eða höfðinu að vera af"
"Take your choice!"
"Taktu þitt val!"
"and be quick about it"
"og vertu fljótur að því"
The duchess made her choice
Hertogaynjan tók ákvörðun sína
and within a moment the duchess was gone
og innan skamms var hertogaynjan farin
Then the queen spoke to Alice
Þá talaði drottningin við Lísu
"Let's go on with the game"
"Höldum áfram með leikinn"
Alice was too frightened to say a word
Alice var of hrædd til að segja orð
and she slowly followed her back to the croquet-ground
og hún fylgdi henni hægt aftur að krikketvellinum
the whole time the queen quarrelled with the other players
allan tímann rifist drottningin við hina leikmennina
"Chop off his head!"
"Höggvið höfuðið af honum!"
"Chop off her head!"
"Höggvið höfuðið af henni!"
"Chop all their heads off!"
"Höggvið höfuðið af þeim!"
soon all the players were in custody
Fljótlega voru allir leikmennirnir í haldi

only the king, the queen, and Alice remained
aðeins konungurinn, drottningin og Lísa voru eftir
Then the queen left, quite out of breath
Þá fór drottningin, alveg andlaus
and she walked away with Alice
og hún gekk í burtu með Alice
Alice heard the king quietly say something
Alice heyrði konunginn segja eitthvað hljóðlega
"You are all pardoned"
"Þið eruð öll fyrirgefin"
but suddenly there was another cry heard
en skyndilega heyrðist annað hróp
"The trial is beginning!"
"Réttarhöldin eru að hefjast!"
and Alice ran along with the others
og Alice hljóp með hinum

who stole the tarts?

Hver stal tertunum?

The king and queen of hearts were seated

Konungur og hjartadrottning sátu

they were on their throne when Alice arrived

þau voru í hásæti sínu þegar Alice kom

there was a great crowd assembled around them

Mikill mannfjöldi safnaðist saman í kringum þá

there were all sorts of little birds and beasts

þar voru alls konar smáfuglar og skepnur

and there was the whole pack of cards

og þarna var allur spilapakkinn

the knave was standing in front of them, in chains

Knáinn stóð fyrir framan þá, í fjötrum

and there was a soldier on each side to guard him

og hermaður var á hvorri hlið til að gæta hans

near the King was the white rabbit

hjá konunginum var hvíta kanínan

he had a trumpet in one hand

hann var með lúðra í annarri hendi

and he had a scroll of parchment in the other hand

og hann hafði bókrollu af skinni í hinni hendinni

In the very middle of the court was a table

Á miðjum vellinum var borð

on the table was a large dish of tarts

Á borðinu var stór skál með tertum

"I wish they'd get the trial done," Alice thought

"Ég vildi að þeir myndu klára réttarhöldin," hugsaði Alice

"then we could eat some of those refreshments!"

"Þá gætum við borðað eitthvað af þessum veitingum!"

The judge, by the way, was the king
Dómarinn var konungurinn
and he wore his crown over his great wig
og hann bar kórónu sína yfir hárkollunni miklu
"That's the jury-box," thought Alice
"Það er kviðdómurinn," hugsaði Alice
"and those twelve creatures, I suppose they are the jurors"
"og þessar tólf skepnur, ég geri ráð fyrir að þær séu
kviðdómendurnir"
some were animals, and some were birds
sumir voru dýr og sumir fuglar
Just then the white rabbit cried out
Einmitt þá hrópaði hvíta kanínan
"Silence in the court!"
"Þögn í dómstólnum!"
"Herald, read the accusation!" said the king
"Heraldi, lestu ákæruna!" sagði konungur
the white rabbit blew three blasts on the trumpet
Hvíta kanínan blés þrjú högg á lúðurinn

then he unrolled the parchment-scroll
Síðan rúllaði hann upp pergamentbókrollunni
and he read as follows:
og hann las svo:
"The queen of hearts, she made some tarts,"
"Hjartadrottningin, hún bjó til tertur,"
"All this she did on a summer day"
"Allt þetta gerði hún á sumardegi"
"The knave of hearts, he stole those tarts"
"Hjörtuhjörtun, hann stal þessum tertum"
"And he took those tarts far away!"
"Og hann tók þessar tertur langt í burtu!"
"Call the first witness," said the king
"Kalla fyrsta vottið," sagði konungur
and the white rabbit blew three blasts on the trumpet
og hvíta kanínan blés þrjú högg á lúðurinn
"bring the first witness!" he called out
"Komdu með fyrsta vitnið!" kallaði hann
The first witness was the hat maker
Fyrsta vitnið var hattasmiðurinn
he came in with a teacup in one hand
Hann kom inn með tebolla í annarri hendi
and he had a piece of bread and butter in the other hand
og hann hafði brauðbita og smjör í hinni hendinni
"You ought to have finished," said the King
"Þú hefðir átt að klára," sagði konungur
"When did you begin?"
"Hvenær byrjaðir þú?"
The hat maker looked at the march hare
Hattasmiðurinn leit á hérann
the march hare had followed him into the court
Hérinn hafði fylgt honum inn í hirðina
he had walked arm in arm with the dormouse
Hann hafði gengið hönd í hönd með svefnmúsinni
"Fourteenth of March, I think it was," he said
"Fjórtándi mars, held ég að það hafi verið," sagði hann
"Give your evidence," said the king

"Gefðu vitnisburð þinn," sagði konungur
"and don't be nervous, or I'll have you executed on the spot"
"og ekki vera stressaður, annars læt ég taka þig af lífi á
staðnum"
This did not seem to encourage the witness at all
Þetta virtist alls ekki hvetja vitnið
he kept shifting from one foot to the other
Hann færði sig stöðugt frá einum fæti til annars
and he looked uneasily at the queen
Og hann leit órólegur á drottninguna
and, in his confusion, he bit a large piece out of his teacup
og í ringulreið sinni beit hann stóran bita úr tebollanum sínum
really he meant to bite from his bread and butter
í raun ætlaði hann að bíta af brauði sínu og smjöri
Just at this moment Alice felt a very curious sensation
Einmitt á þessu augnabliki fann Alice fyrir mjög forvitnilegri
tilfinningu
she was beginning to grow larger again
hún var farin að stækka aftur
The miserable hat maker dropped his teacup
Vesalings hattasmiðurinn missti tebollann sinn
and the bread and butter fell to the ground
og brauðið og smjörið féll til jarðar
and he went down on one knee
Og hann féll á kné
"I'm a poor man, your majesty," he began
"Ég er fátækur maður, yðar hátign," byrjaði hann
"You're a very poor speaker," said the king
"Þú ert mjög lélegur ræðumaður," sagði konungur
"You may go," said the king
"Þú mátt fara," sagði konungur
and the hat maker hurriedly left the court
og hattasmiðurinn yfirgaf hirðina í flýti
"Call the next witness!" said the king
"Kalla næsta vitni!" sagði konungur
The next witness was the duchess's cook
Næsta vitni var kokkur hertogaynjunnar

She carried the pepper-box in her hand
Hún bar piparkassann í hendinni
and the people near the door began sneezing all at once
og fólkið nálægt dyrunum tók að hnerra allt í einu
"Give your evidence," said the king
"Gefðu vitnisburð þinn," sagði konungur
"I shall give no evidence," said the cook
"Ég skal ekki bera vitni," sagði kokkurinn
The king looked anxiously at the white rabbit
Konungurinn horfði áhyggjufullur á hvítu kanínuna
and the white rabbit spoke in a quiet voice
og hvíta kanínan talaði lágri röddu
"your majesty must cross-examine this witness"
"Yðar hátign verður að yfirheyra þetta vitni"
"Well, if I must, I must," the king said
"Jæja, ef ég þarf, þá verð ég að gera það," sagði konungur
"What are tarts made of?"
"Úr hverju eru tertur?"
"tarts are made of pepper, mostly," said the cook
"Tertur eru aðallega úr pipar," sagði kokkurinn
For some minutes the whole court was in confusion
Í nokkrar mínútur var allur völlurinn ringlaður
eventually they all settled down again
að lokum settust þeir allir aftur
but by then the cook had disappeared
en þá var kokkurinn horfinn
"Never mind!" said the king
"Alveg sama!" sagði konungur
"call to the stand the next witness"
"Kalla næsta vitni í stúkuna"
Alice watched the white rabbit as he fumbled over the list
Alice horfði á hvítu kanínuna þegar hann fálmaði yfir listann
you can imagine her surprise at what she heard next
Þú getur ímyndað þér undrun hennar á því sem hún heyrði
næst
at the top of his shrill little voice, he called the name "Alice!"
af fullri lítilli rödd sinni kallaði hann nafnið "Alice!"

Alice's evidence
Sönnunargögn Alice

"Here!" cried Alice
"Hérna!" hrópaði Alice
She jumped up in a great hurry
Hún stökk upp í miklum flýti
and she tipped over the jury-box
og hún velti kviðdómskassanum
and she knocked over all the jurymen
og hún velti öllum kviðdómendum
and they fell on to the heads of the crowd below
og þeir féllu til höfuðs mannfjöldanum fyrir neðan
Alice was in great dismay
Alice var í mikilli skelfingu
"Oh, I beg your pardon!" she exclaimed
"Ó, ég bið þig fyrirgefningar!" hrópaði hún
"The trial cannot proceed," said the king
"Réttarhöldin geta ekki haldið áfram," sagði konungur
"the jurymen must get back in their proper places"
"Kviðdómsmennirnir verða að komast aftur á sinn rétta stað"
he repeated the order with great emphasis
hann endurtók skipunina með mikilli áherslu
and he looked at Alice sternly
og hann horfði strangur á Alice
"What do you know about these events?" the king asked Alice
"Hvað veist þú um þessa atburði?" spurði konungurinn Lísu
"I know nothing on the subject," said Alice
"Ég veit ekkert um málið," sagði Alice
The king then read from his book
Konungur las þá úr bók sinni
"Rule forty two"
"Regla fjörutíu og tveir"
"All persons more than a mile high are to leave the court"
"Allir einstaklingar sem eru meira en mílu á hæð eiga að yfirgefa dómstólinn"
"I'm not a mile high," said Alice

"Ég er ekki mílu á hæð," sagði Alice
"Nearly two miles high," said the Queen
"Næstum tvær mílur á hæð," sagði drottningin

"Well, I refuse to go," said Alice
"Jæja, ég neita að fara," sagði Alice
The king turned pale
Konungurinn fölnaði
and he shut his note-book hastily
og hann lokaði minnisbók sinni í flýti
"Consider your verdict," he said to the jury
"Íhugaðu dóm þinn," sagði hann við kviðdóminn
he spoke in a low, trembling voice
hann talaði lágri, skjálfandi röddu
then the white rabbit spoke
Þá tók hvíta kanínan til máls
"There's more evidence to come yet"
"Það eru fleiri sönnunargögn að koma ennþá"
and he jumped up in a great hurry
og hann stökk upp í miklum flýti

"This paper has just been picked up"
"Þetta blað er nýbúið að taka upp"
"It seems to be a letter written by the prisoner"
"Þetta virðist vera bréf skrifað af fanganum"
He unfolded the paper as he spoke
Hann breiddi upp blaðið um leið og hann talaði
"It isn't a letter, after all"
"Þetta er ekki bréf, þegar allt kemur til alls"
"what it was was a set of verses"
"Það sem það var var safn af vísum"
"Please, your majesty," said the knave
"Vinsamlegast, yðar hátign," sagði knáinn
"I didn't write those verses"
"Ég skrifaði ekki þessar vísur"
"and they can't prove that I wrote anything"
"og þeir geta ekki sannað að ég hafi skrifað neitt"
"there's no name signed at the end"
"Það er ekkert nafn undirritað í lokin"
the king spoke to the knave
Konungur talaði við knáann
"You must have meant to cause some mischief"
"Þú hlýtur að hafa ætlað þér að valda einhverjum ógæfu"
"else you'd have signed your name like an honest man"
"annars hefðirðu skrifað undir nafn þitt eins og heiðarlegur
maður"
There was a general clapping of hands
Það var almennt handaklapp
and the king turned to the white rabbit
Og konungur sneri sér að hvítu kanínunni
"Read the verses," he ordered
"Lestu versin," skipaði hann
There was dead silence in the court
Það var dauðaþögn í dómstólnum
and the white rabbit read out the verses
og hvíta kanínan las upp versin
They told me you had been to her
Þeir sögðu mér að þú hefðir verið hjá henni

And they mentioned me to him
Og þeir nefndu mig við hann
She gave me a good character
Hún gaf mér góðan karakter
But she said I could not swim
En hún sagði að ég gæti ekki synt
He sent them word I had not gone
Hann sendi þeim skilaboð um að ég væri ekki farinn
We know it to be true
Við vitum að það er satt
**If she should push the matter on, what would become of
you?**
Ef hún ýtti málinu áfram, hvað yrði um þig?
I gave her one, they gave him two
Ég gaf henni einn, þeir gáfu honum tvo
You gave us three or more
Þú gafst okkur þrjú eða fleiri
They all returned from him to you
Þeir sneru allir aftur frá honum til þín
although they were mine before
þó þeir hafi verið mínir áður
If I or she should chance to be
Ef ég eða hún ætti að fá tækifæri til að vera
If I or she were involved in this affair
Ef ég eða hún væri viðriðin þetta mál
He trusts to you to set them free
Hann treystir þér til að frelsa þá
Exactly as we were
Nákvæmlega eins og við vorum
My notion was that you had been
Mín hugmynd var sú að þú hefðir verið
Before she had this fit
Áður en hún fékk þetta kast
An obstacle that came between
Hindrun sem kom á milli
Him, and ourselves, and it
Hann og við og það

Don't let him know she liked them best
Ekki láta hann vita að henni líkaði best við þá
For this must for ever be a secret, kept from all the rest
Því að þetta hlýtur að vera leyndarmál að eilífu, haldið frá
öllum hinum
This secret must remain a secret between yourself and me
Þetta leyndarmál hlýtur að vera leyndarmál milli þín og mín
the king was very impressed
Konungur var mjög hrifinn
**"That's the most important piece of evidence we've heard
yet"**
"Þetta er mikilvægasta sönnunargagnið sem við höfum heyrt
hingað til"
**"I don't believe those verses carry an atom of meaning,"
objected Alice**
"Ég trúi því ekki að þessi vers beri merkingaratóm," mótmælti
Alice
the King had his own opinion on the matter
konungur hafði sína skoðun á málinu
**"If there's no meaning in those words, that saves a world of
trouble"**
"Ef það er engin merking í þessum orðum, þá bjargar það
heimi vandræða"
"then we needn't try to find the meaning"
"Þá þurfum við ekki að reyna að finna merkinguna"
"Let the jury consider their verdict"
"Leyfðu kviðdómnum að íhuga niðurstöðu sína"
"No, no!" said the queen
"Nei, nei!" segði drotningin
"Sentencing first—verdict afterwards"
"Dómur fyrst – dómur á eftir"
"Stuff and nonsense!" said Alice loudly
"Dót og vitleysa!" sagði Alice hátt
"how silly it is to sentence the defendant first!"
"Hversu kjánalegt það er að dæma sakborninginn fyrst!"

"Hold your tongue!" said the queen, turning purple
"Haltu kjafti!" sagði drottningin og varð fjólublá
"I will not hold my tongue!" said Alice
"Ég mun ekki þegja!" sagði Alice
the queen shouted at the top of her voice
Drottningin hrópaði af fullum krafti
"chop off her head!"
"Höggvið höfuðið af henni!"
Nobody made a movement
Enginn gerði hreyfingu
"Who cares what you say?" said Alice
"Hverjum er ekki sama hvað þú segir?" sagði Alice
she had grown to her full size by this time
Hún var orðin fullorðin á þessum tíma
"You're nothing but a pack of cards!"
"Þú ert ekkert annað en spilapakki!"
At this, all the cards rose up in the air
Við þetta risu öll spilin upp í loftið
and all the cards came flying down upon her

og öll spilin komu fljúgandi niður á hana
she gave a little scream
Hún öskraði smá
she was half afraid, but also angry
hún var hálf hrædd, en líka reið
and she tried to fight the cards off of herself
og hún reyndi að berjast við spilin af sjálfri sér
and then she found herself lying on the grass bank
og svo lá hún á grasbakkanum
her head was in the lap of her sister
höfuð hennar var í fangi systur sinnar
some dead leaves had landed on her face
nokkur dauð lauf höfðu lent á andliti hennar
and her sister was gently brushing the leaves away
og systir hennar burstaði laufin varlega burt
"Wake up, Alice dear!" said her sister
"Vaknaðu, Alice elskan!" sagði systir hennar
"what a long sleep you've had!"
"Hvílíkur svefn sem þú hefur fengið!"
"Oh, I've had such a curious dream!" said Alice
"Ó, mig dreymdi svo undarlegan draum!" sagði Alice
And she told her sister all she could remember
Og hún sagði systur sinni allt sem hún mundi
all the strange adventures that you have just been reading about
Öll undarlegu ævintýrin sem þú varst að lesa um
Alice got up and ran off
Alice stóð upp og hljóp í burtu
and she thought, while she ran, about her dream
og hún hugsaði um drauminn á meðan hún hljóp
"what a wonderful dream it had been!"
"Hvílíkur draumur þetta hafði verið!"